சாதியம்: கைகூடாத நீதி
சமூக – அரசியல் விமர்சனக் கட்டுரைகள்

சாதியம்: கைகூடாத நீதி
சமூக - அரசியல் விமர்சனக் கட்டுரைகள்
ஸ்டாலின் ராஜாங்கம் (பி. 1980)

திருவண்ணாமலை மாவட்டம், செங்கம் வட்டம், முன்னூர் மங்கலத்தைச் சேர்ந்த ஸ்டாலின் ராஜாங்கம் மதுரை அமெரிக்கன் கல்லூரி, தமிழ்த் துறையில் உதவிப் பேராசிரியர். தமிழ்ச் சமூக வரலாறு, பண்பாடு தொடர்பாகக் களஆய்வு செய்தும் எழுதியும் வருபவர். அயோத்திதாசர் குறித்து முனைவர் பட்ட ஆய்வு மேற்கொண்டவர். காலச்சுவடு ஆசிரியர் குழு உறுப்பினர்.

மின்னஞ்சல் stalinrajangam@gmail.com

ஸ்டாலின் ராஜாங்கத்தின் பிற நூல்கள்
(காலச்சுவடு வெளியீடுகள்)

எழுதியவை

- சாதியம்: கைகூடாத நீதி
  சமூக – அரசியல் விமர்சனக் கட்டுரைகள்
- அயோத்திதாசர்: வாழும் பௌத்தம்
- ஆணவக் கொலைகளின் காலம்:
  காதல் – சாதி – அரசியல்
- எழுதாக் கிளவி
  வழிமறிக்கும் வரலாற்று அனுபவங்கள்
- பெயரழிந்த வரலாறு
  அயோத்திதாசரும் அவர் கால ஆளுமைகளும்
- நெடுவழி விளக்குகள்
  தலித் ஆளுமைகளும் போராட்டங்களும்

பதிப்பு

- ஜீவிய சரித்திர சுருக்கம் – இரட்டைமலை ஆர். சீனிவாசன்

ஸ்டாலின் ராஜாங்கம்

சாதியம்: கைகூடாத நீதி
சமூக – அரசியல் விமர்சனக் கட்டுரைகள்

காலச்சுவடு பதிப்பகம்

சாதியம்: கைகூடாத நீதி (சமூக – அரசியல் விமர்சனக் கட்டுரைகள்) ♦ ஆசிரியர்: ஸ்டாலின் ராஜாங்கம் ♦ © ஸ்டாலின் ராஜாங்கம் ♦ முதல் பதிப்பு: டிசம்பர் 2011, எட்டாம் (குறும்) பதிப்பு: ஆகஸ்ட் 2022 ♦ வெளியீடு: காலச்சுவடு பப்ளிகேஷன்ஸ் (பி) லிட்., 669 கே. பி. சாலை, நாகர்கோவில் 629001

caatiyam kaikuuTaata niiti (Social and Political Articles) ♦ Stalin Rajangam ♦© Stalin Rajangam ♦ Language: Tamil ♦ First Edition: December 2011, Eighth (Short) Edition: August 2022 ♦ Size: Demy 1 x 8 ♦ Paper: 18.6 kg maplitho ♦ Pages: 152

Published by Kalachuvadu Publications Pvt. Ltd., 669 K.P. Road, Nagercoil 629001, India ♦ Phone: 91-4652-278525 ♦ e-mail: publications @kalachuvadu.com ♦ Printed at Adyar Students xerox Pvt. Ltd., No.9, Sunkuraman Street, Parrys, Chennai 600001

ISBN: 978-93-80240-95-4

08/2022/S.No. 440, kcp 3771, 18.6 (8) rss

இந்நூல்
பூ. சந்திரபோஸ்
அரச. முருகுபாண்டியன்
இருவருக்கும்

பொருளடக்கம்

என்னுரை 11

பகுதி I 17

1. *சென்னகரம்பட்டி:* அதிகாரத்தின் ஓலம் 19
2. *உத்தப்புரம்:* புலப்படும் சுவரும் புலப்படாத சுவரும் 25
3. அவர்களுடைய விருப்பங்களே எமக்குச் சட்டங்கள் 31
4. *சாதி:* ஆழமும் விரிவும் - சில குறிப்புகள் 38
5. *சுண்டூர் தீர்ப்பு:* சட்டத்தைச் சாத்தியமாக்கிய போராட்டம் 44
6. *சாதி வன்முறையின் விரிந்த பரப்பு:* கிராமக் கோயில்கள் 48
7. *ஆக்கிரமிக்கப்பட்ட பஞ்சமி நிலம்:* பொய் வாக்குறுதிகள் 56
8. *பூசாரியாகும் பெண்:* கைகூடாத நீதி 65
9. பழக்கங்கள் மரபுகள் என்பவற்றின் குறுக்கீடு இல்லாத சட்டத்தின் பாதுகாப்பு 69
10. செயலைப் பிரதிபலிக்கும் விமர்சனம் 75
11. அதிகாரம் பரவலாக்கப்பட வேண்டும் 80
12. *பாப்பாப்பட்டி உள்ளிட்ட 4 ஊராட்சிகளில் தேர்தல்:* விடுதலைச் சிறுத்தைகள் வியர்வையின் வெற்றி 86
13. சமத்துவம் என்னும் கற்பிதம் 95

பகுதி II 105

14. அதிகாரத்தின் கருணை 107
15. *ஜல்லிக்கட்டு:* புலப்படாத உண்மை 113

16. *சாதி:* மறைப்பதும் கடப்பதும் — 118
17. *தேர்தல்:* எண்ணிக்கைதரும் அதிகாரம் — 124
18. *கர்நாடகாவில் பா.ஜ.க. ஆட்சி:* மதச்சார்பற்ற அரசியல் அடையாளம்? — 129
19. சொல்லாடல்கள் சொல்லும் 'அரசியல்' — 134
20. ஆரிய ராமனும் திராவிடச் சோழனும் — 140

என்னுரை

நாட்டையே உலுக்கிப் பின்னர் காணாமல்போன ஐம்பது தலைப்புச்செய்திகள் பற்றிய சிறப்பிதழைச் செய்தி இதழொன்று அண்மையில் வெளியிட்டிருந்தது*. இந்திய அளவில் புகழ்பெற்ற ‘கொலை, தீர்ப்பு மற்றும் திருப்பம்’ என்றமைந்த அப்பட்டியலில் தலித் தரப்பு ‘புகழ்’ ஒன்று கூட இல்லை. கயர்லாஞ்சி போன்ற கொடூரக்கொலைகள் நடந்தாலும் அவை நாட்டை உலுக்கிய செய்தியாக பார்க்கப்படுவதில்லை. அந்த அளவிற்குத் தலித்துகள் மீதான வன்முறை இங்கு சாதாரணமாக இருக்கிறது.

இந்நூலில் தொகுக்கப்பட்டுள்ள கட்டுரைகளில் பெரும்பாலானவை சாதிய வன்முறை குறித்தவை. ஒரே விதமான சம்பவங்கள், தகவல்கள், விவரணைகள் என்று படிப்பதற்குப் புதுமையேதுமில்லாமல் இவை அமைந் திருக்கக்கூடும். ஆனால் இதுதான் நம் சமூகம், நம் நிகழ்காலம். இச்சம்பவங்கள் சாதியின் இருப்பை நிரூபித்துக்கொண்டிருக்கின்றன. இக்கட்டுரைகளில் அநேகமானவை களச் செயற்பாடுகளோடு தொடர்பு கொண்டு எழுதப்பட்டவை. அதனாலேயே அப்போதைக் கப்போது எழுதப்பட்டவையாக இருக்கின்றன. பொதுவாக இதுபோன்ற பதிவுகள் சமகால அரசியல் செயல்முறை களோடு இணைய வேண்டுமென்ற எண்ணம் கொண் டவன் நான். தலித் அரசியல் எழுச்சியோடு இருந்த காலத்தில் தொடங்கி அது தனக்குத்தானே ஏற்படுத்திக் கொண்ட வரையறைகளில் சிக்கிக்கொண்டிருக்கும் இக் காலகட்டம் வரையிலான கட்டுரைகள் இதிலுள்ளன. தலித் பிரச்சினைகளைப் பேசுவதாலோ எழுதுவதாலோ

---

* *த சன்டே இந்தியன்*, 16, அக்டோபர் 2011

கிடைத்துவந்த, 'பொலிட்டிக்கல் கரன்சி' முடங்கிவிட்டதால் எழுதவும் பேசவும் நபர்கள் குறைந்துவிட்ட சூழல் இன்று. அல்லது இவற்றைப் பேசியதால் கிடைத்த நலன்களை மறைக்கப் பலரும் வேறு திசைகள் திரும்பிக்கொண்ட காலம் இது. எழுது வதற்கான சாத்தியம் நீங்கலாக இப்பிரச்சினைகள் மீதான அரசியல் அழுத்தங்கள் குறைந்துவிட்ட நிலையில் இப்பதிவுகள் சாதியின் கொடூர இருப்பினைக் கொல்லும் காலம் நோக்கி நம்பிக்கையை ஏந்திச்சென்றாலே போதுமானது என்ற எண்ணத் தோடு தொகுக்கப்படுகின்றன. எழுதுவதற்கான மிகக் குறைந்த வசதிகளோடு இயங்கும் எனக்கு இப்பிரச்சினைகளைப் பதிவு செய்வதைத் தாண்டி எந்த நோக்கமும் இருந்ததில்லை.

இத்தொகுப்பில் சாதி வன்முறை குறித்த பதிவுகளுக்கு இணையாக சமகால தமிழக அரசியல், அவை சாதிய சமன்பாடு களில் நிகழ்த்தும் பாரதூரமான அழுத்தம் பற்றிய கட்டுரை களும் இடம்பெற்றுள்ளன. குறிப்பாகத் திராவிட இயக்கத்தின் அடையாள அரசியலும் அதன்மூலம் மௌனமாக்கப்படும் சமூக ஏற்றத்தாழ்வுகளும் சுட்டிக்காட்டப்பட்டுள்ளன. அம் மௌனத்தின் தொடர்ச்சியாக, சாதி பற்றிய புரிதல், மாறிவரும் அதன் பரிமாணங்கள், பலன்பெறும் சாதியினர் பற்றிய பார்வை கள் துலக்கமடையாமல் போய்விட்டன. தலித்துகளுக்கு எதிராக நிகழ்ந்துவரும் வன்முறைகளின் பின்புலத்தில் இந்த அரசியல் பெரும்பங்கு வகிக்கின்றது. இவ்வன்முறைகள் கிராமப்புற பிராமணரல்லாத சாதியினரால் நடத்தப்படுபவையாக இருக் கின்றன. சாதியமைப்பு, மத இந்துக்களான பிராமணர்கள் மூலம் இந்தியத் தன்மையைப் பெற்றிருப்பதைப் போலவே சாதி இந்துக்களான சூத்திரர்கள் மூலம் வட்டாரத் தன்மையை யும் பெற்றிருக்கிறது. இவ்வட்டாரத்தன்மை மதத்தின் ஆசியைப் பெறாமலேயே சுயாட்சியோடு விளங்கவல்லது. சாதியின் இந்த வட்டாரத் தன்மையை பிராமணரல்லாதோர் என்ற அடையாளம் காத்து நிற்கிறது. திராவிட இயக்கங்கள் இந்த பிராமணரல்லாதாரின் ஆதாரத்திலிருந்துதான் இயங்கு கின்றன. இதன்மூலம் சாதியின் பன்முக இயங்குதளம் பற்றிய புரிதல் இல்லாமல் ஆக்கப்பட்டுவிட்டது. நவீன கால அரசியல் அதிகாரத்தில் சாதி பெரும்பான்மைவாதம் தனது அரசியல் நலனையும் உள்வாங்கிக்கொண்டு பிராமணர்களைத் தம் கட்டுக்குள் வைத்து ஒடுக்கப்பட்டவர்களை வன்முறையோடு அழிக்க முனைகின்றது. இங்கு சாதியே அரசாகவும் அரசே சாதியாகவும் இருந்துவருகிறது. இவ்வாறு சாதியின் 'வட்டாரத் தன்மை', 'பெரும்பான்மைவாதம்' என்று ஆழமாக அணுக வேண்டிய அம்சங்கள் இக்கட்டுரைகளின் ஊடும் பாவுமாக உள்ளன.

இக்கட்டுரைகளில் சில அம்சங்கள் திரும்பத் திரும்ப வலியுறுத்தப்பட்டுள்ளதைக் காணலாம். சாதி வன்முறைக்குத் தீர்வாக சட்டத்தை எதிர்நோக்குதல், சட்டத்தை நடைமுறைப் படுத்தும் மக்கள் போராட்டம், கிராமங்களின் சாதியமைப்பு, இடைநிலை வகுப்பினரின் சாதியுணர்வு போன்றவை விவாதிக்கப்பட்டுள்ளன. அடிப்படையான மாற்றத்தை வலி யுறுத்த வேண்டிய இடங்களில் சட்டத்தை நோக்கி ஓடிக்கொண் டிருக்கிறோம் என்ற விமர்சனம் இருந்தாலும் சட்டத்தின் சாத்தியம்கூட இங்கு இன்னும் முழுமையாகப் பரிசோதித்துப் பார்க்கப்படவில்லை. பலவேளைகளில் இதுவே 'புரட்சிகரமான' போராட்டமாகிவிடுகிறது. அரசியல் சட்டம் என்ற நவீன அதிகாரத்தைச் சாதியின் பழமையான விதிகளின் மீது செலுத்தி பார்க்கக்கோரும் வகையிலேயே இந்த வாதங்கள் அமை கின்றன. கிராமங்களின் சாதி அதிகாரம் பற்றிய இப்பார்வை அம்பேத்கரின் காந்திமீதான விமர்சனத்தோடு தொடர்புடைய தாகும்.

○

பாப்பாப்பட்டி உள்ளிட்ட நான்கு ஊராட்சிகள் குறித்து ஐந்து கட்டுரைகள் இடம்பெற்றுள்ளன. தொடர்ச்சியாகக் கவனித்து விரிவாகப் பதிவு செய்துவந்த அளவில் அந்த ஊராட்சிகளின் சிறு தேர்தல் வரலாறு இங்கு உருப்பெற்றுள்ளது. விடுதலைச் சிறுத்தைகள் உள்ளிட்ட தலித் இயக்கங்கள் நடத் திய போராட்டங்களில் பார்வையாளனாகவும் பங்கேற்பளானக வும் இருந்துவந்த நான் இவ்வூராட்சிகளின் பிரச்சினை தொடர்பாக தொடர்ந்து எதிர்வினையாற்றி வந்திருக்கிறேன். இந்த ஐந்து கட்டுரைகளைத் தவிர *புதிய காற்று* இதழில் இது தொடர்பாக எழுதிய தலையங்கத்திற்கு விரிவாக எதிர்வினை எழுதியிருந்தேன். நண்பர்களோடு சேர்ந்து நான் செயற்பட்ட 'அம்பேத்கர் படிப்பு வட்டம்', 2005 ஏப்ரலில் நடைபெற்ற தலித் வரலாற்று மாத நிகழ்வில், இவ்வூராட்சிகளில் நிலவும் தேர்தல் தடையைக் கண்டித்து தீர்மானம் ஒன்றை நிறைவேற்றி, எழுத்தாளர்களின் கையொப்பங்களோடு இதழ்களில் வெளியிட் டோம். எனினும் இவைபற்றி எழுதுவதற்கான செய்திகள் மிச்ச முள்ளன. கல்லூரிப் படிப்பின்போது பலரையும்போல புரட்சிகர அரசியல்மீது ஆர்வம் கொண்டவனாகவும் அதன் ஆதரவாள னாகவும் இருந்த அதே காலத்தில்தான் தென்மாவட்ட கிராமப் பகுதிகளில் சாதி எதிர்ப்பு அரசியலை தலித் இயக்கங்கள் முன்னெடுத்துக்கொண்டிருந்தன. பரவலான வாசிப்பு, அமைப்பு களின் தொடர்பு, சிறுவயது முதல் என் தந்தையார் மூலம் ஏற்பட்ட அம்பேத்கர் தொடர்பான ஈர்ப்பு என்ற தொடர்ச்சியில் என்னிடம் தலித் இயக்க ஆதரவு உருவாகியிருந்தது. கிராம

அளவில் நடத்தப்படும் சிறுபோராட்டங்களும் நகர்ப்புறம் சார்ந்த பெரும் போராட்டங்களைவிட ஒப்பீட்டளவில் முக்கிய மானவை. மேலவளவு படுகொலை, மண்ணுரிமை போராட்டங் கள் மற்றும் பாப்பாபட்டி தலையீடு போன்றவை விடுதலைச் சிறுத்தைகள் இயக்கத்தின் ஆதரவாளனாக என்னை மாற்றின. இதே வேளையில் *1990*களில் எழுந்த தலித் சிந்தனையின் தாக்கத்திற்கு முழுக்க ஆளாகியிருந்தேன். அவ்வாறான தீவிர தலித் உணர்வின் ஒரு பகுதியாகவே இயக்க ஆதரவு ஏற்பட் டிருந்ததால்தான் அந்த இயக்கத்தை விமர்சனபூர்வமாகவே நான் அணுகுகிறேன். பாப்பாபட்டி போன்ற ஊராட்சிகளின் பிரச்சினையில் பின்னர் இயக்கத்தின் தலையீடு படிப்படியாக குறைந்துபோனது. இதுதொடர்பான என் விமர்சனங்களையும் ஆரோக்கியமான முறையில் முன்வைத்திருக்கிறேன்.

இறுதியாக பாப்பாபட்டி உள்ளிட்ட ஊராட்சிகளில் தேர்தல் நடத்தப்பட்டதும் அரசு சமத்துவ பெருவிழா நடத்தியது. அப்போது விடுதலைச் சிறுத்தைகள் கட்சி ஏடான *நமது தமிழ் மண்ணில்* வெளியான எனது கட்டுரையில் தேர்தல் நடத்தப் பட்டுவிட்டதாலேயே அவ்வூராட்சிகளில் சிக்கல்களே இல்லாமல் போய்விட்டன என்று அர்த்தமல்ல என்றும் எக்காரணங்களுக் காக இந்த இயக்கம் தோன்றினவோ அக்காரணங்களுக்காகப் போராடுவதன் மூலமே இயக்கம் தன்னிருப்பை நியாயப்படுத்திக் கொள்ள முடியும் என்றும் அந்த இயக்கத்தின் வரலாற்றுப் பொறுப்பைச் சுட்டியிருந்தேன். தமிழகத்தின் சிறுசிறு தலித் அமைப்புகளும் தத்தம் வலிமைக்குட்பட்டு இவ்வகை போராட் டங்களில் ஈடுபட்டன. பின்னால் ஏற்பட்ட மார்க்சிஸ்ட் கம்யூனிஸ்ட் கட்சியின் தலையீட்டையும் விவரித்திருக்கிறேன்.

சாதி வன்முறைகள் குறித்த என் பதிவுகள் இதழ்களில் வெளியானபோது அவை தொடர்ந்து கவனிக்கப்பட்டன என்பதை நானறிவேன். இடதுசாரிகள் தொடர்ந்து அவற்றைக் கவனித்து வந்ததோடு அவர் தம் இயக்கம் தொடர்பான விமர்சனங்களுக்கு எதிர்வினையாற்றவும் செய்தனர். இப்போக்கு தலித் இயக்கங்களிடம் இல்லை. இடதுசாரிகளின் எதிர்வினை கள் வரவேற்கத் தக்கவை என்றாலும் எதிர்வினை செய்த முறை 'வேறாக' இருந்தது. பழக்கங்கள், மரபுகள் என்பவற்றின் குறுக்கீடு இல்லாத சட்டத்தின் பாதுகாப்பு என்ற பாப்பாபட்டி பற்றிய என் முதல் கட்டுரை *காலச்சுவடு* இதழில் வெளியானது. அக்கட்டுரைக்கு மார்க்சிஸ்ட் கட்சி செய்திருந்த எதிர்வினை அவர்களின் முதிர்ச்சி பற்றிய என் கணிப்பிற்கு மாறாக இருந்தது. *செம்மலர்* இதழின் 'கேள்வி பதில்' பகுதியில் என்னையும் விடுதலைச் சிறுத்தைகள் அமைப்பையும் வசைபாடியிருந்தனர்.

அக்கட்டுரையை வெளியிட்டிருந்த *காலச்சுவடு* இதழின் அடிவருடியாக என்னை வர்ணித்திருந்தனர். இவ்வாறு எழுதுவது எந்த விதத்திலும் அக்கட்டுரையின் விமர்சனத்திற்குப் பதிலாக அமைய முடியாது. அடுத்த மாத *செம்மலர்* இதழில் பாப்பாப்பட்டி பற்றி இரண்டு கட்டுரைகள் வெளியாகியிருந்தன. அதில் முதல் கட்டுரை இயக்கம் சார்ந்த ஒரு தலித் எழுத்தாளருடையதாக இருந்தது. தலித் ஒருவரை எதிர்கொள்ள மற்றொரு தலித் என்பதே இதன் அடிப்படை. உண்ணாவிரதம் போன்ற நடவடிக்கைகளில் ஈடுபட்டு வந்த அந்த இயக்கம் இந்த ஊராட்சிகளின் பிரச்சினைகளில் தீவிரமாகத் தலையிட்டது. விரைந்து சாதித்துவிட வேண்டுமென்ற நோக்கத்துடன் கட்சி எழுத்தாளர் குழுவும் அதில் ஈடுபட்டது. இப்போக்குகளுக்கு என் விமர்சனமும் சிறு காரணமாக இருந்தது. அந்த வகையில்தான் மார்க்சிஸ்ட் கட்சியின் எதிர்வினைக்குப் பதிலாக நான் எழுதிய செயலைப் பிரதிபலிக்கும் விமர்சனம் என்ற பதிவையும் ஒரு கட்டுரையாக இதில் சேர்த்திருக்கிறேன்.

உத்தபுரம் பற்றிய என் கட்டுரையில் மார்க்சிஸ்ட் கம்யூனிஸ்ட் கட்சியைப் பாராட்டியதோடு தலித் அமைப்புகளின் தேக்கத்தையும் சுட்டிக்காட்டியிருந்தேன். அரசியல் ஆய்வில் ஈடுபடாத பண்பாட்டு ஆய்வாளர்கள் இருவர் என்னைத் தொலைபேசியில் அழைத்துச் சரியான பார்வை என்று பாராட்டினர். தலித் இயக்கங்கள் விமர்சிக்கப்பட்டதற்குக் கிடைத்த பாராட்டு அவை என்பதை நான் புரிந்துகொள்ளாமலில்லை.

சென்னகரம்பட்டி தலித் படுகொலை (1992) பற்றிய நீதிமன்றத் தீர்ப்பையொட்டி நான் எழுதிய 'அதிகாரத்தின் ஓலம்' என்ற கட்டுரை இதில் இடம்பெற்றுள்ளது. அப்பிரச்சினைக்காக விடுதலைச் சிறுத்தைகள் நடத்திய தொடக்கச் செயற்பாடுகளை விவரித்திருந்த அக்கட்டுரை அமைப்பின் தற்போதைய விலகலைக் குறிப்பிட்டுவிட்டு நீதிமன்ற போராட்டங்களில் அவர்களுக்குப் பங்கில்லாமல் போனதையும் சொல்லியிருக்கிறது. ஆனால் நீதிமன்ற போராட்டங்களில் தன்னை ஈடுபடுத்திக்கொண்ட வழக்கறிஞர் பொ. ரத்தினம் தலைமையிலான பணிகளை என் கட்டுரை குறிப்பிட்டிருந்தது. என் கட்டுரைக்கு ரத்தினம் வாசகர் கடிதம் எழுதியிருந்தார். என் கட்டுரை விடுதலைச் சிறுத்தைகள் கட்சியின் பொறுப்பாளர்கள் சமரசத்தைக் குறிப்பிடவில்லை என்பதைச் சுட்டிக்காட்டுவதற்காகவே அக்கடிதம் எழுதப்பட்டிருந்தது. சமரசத்தை அழுத்தமாகச் சுட்டவில்லையே தவிர கட்டுரையின் போக்கில் அவை வெளிப்பட்டிருப்பதைக் காண முடியும். அதேவேளையில் தலித் இயக்கங்களின் சமரசத்தை விமர்சிக்கும் நான் உட்பட

யாரும் அவற்றின் கடந்தகால செயற்பாடுகளையோ, அச்செயற்பாடுகள் ஏற்படுத்திய இன்றுவரையிலான தாக்கங்களையோ குறிப்பிடாமல் விட்டுவிட முடியாது. இந்தக் கட்டுரைக்குப் பின்னரே பொ. ரத்தினம் தொகுத்து சென்னகரம்பட்டி கொலை வழக்கு (விடியல் பதிப்பகம் & புத்தா வெளியீட்டகம், டிசம்பர் 2010) என்கிற நூல் அண்மையில் வெளியாகியிருக்கிறது. இது போன்ற குறிப்பிடத்தக்க விளைவுகளை என் கட்டுரைகள் ஏற்படுத்தியிருக்கின்றன.

தலித் இயக்க வரலாற்றில் சொல்லாமல் விடுபட்டுப்போன சில செய்திகள் ஆங்காங்கே என் கட்டுரைகள் மூலம் வெளிப்பட்டிருக்கின்றன. உத்தபுரம் பிரச்சினை உருவான 1989ஆம் ஆண்டே DLM என்ற தலித் இயக்கம் அதைக் கண்டித்துச் செயலாற்றியது என்பதை என் கட்டுரைதான் முதலில் பொதுப் பார்வைக்கு வைத்தது. அதேபோல ஜல்லிக்கட்டு விளையாட்டிற்கு ஆதரவு, எதிர்ப்பு என்ற இருமை எதிர்வைத்தாண்டி அதன்மீதிருக்கும் சாதியத் தொடர்பைப்பற்றி என் கட்டுரை பேசியிருந்தது.

இந்நூலை தியாகி இம்மானுவேல் பேரவை பொதுச் செயலாளர் பூ. சந்திரபோஸ், பேராசிரியர் அரச. முருகு பாண்டியன் ஆகியோருக்கு அர்ப்பணிக்கிறேன். அரசியல் செயற்பாட்டாளர்களான இருவரும் தனிப்பட்ட முறையில் என் மணவாழ்வு ஈடேற உதவியவர்கள். அவர்களுக்கான என் நன்றியைச் சொல்ல இதுவொரு வாய்ப்பு. கட்டுரைகளைச் செப்பம் நோக்கிய நண்பர்கள் தேவிபாரதி, கண்ணன் ஆகியோருக்கு நன்றி. இந்நூலின் பெரும்பாலான கட்டுரைகளை வெளியிட்ட காலச்சுவடு இதழ்தான் இந்நூலினையும் வெளியிடுகிறது. கட்டுரைகளை வெளியிட்ட பிற இதழ்களுக்கும் நன்றி.

மதுரை
டிசம்பர், 2011

இங்ஙனம்
ஸ்டாலின் ராஜாங்கம்

பகுதி I

சென்னகரம்பட்டி:
அதிகாரத்தின் ஓலம்

ஒப்பாரியும் ஓலமும் சேரிக்கு மட்டுமே சொந்த மல்ல என்று கடந்த காலங்களில் திருமாவளவன் மேடைகளில் பேசியதைக் கேட்டதுண்டு. கடந்த ஆகஸ்ட் நான்காம் தேதி மதுரை மேலூர் வட்டம், சென்னகரம் பட்டியின் தெருவொன்றிலிருந்து எழுந்த அழுகையும் கேவல்களும் அவ்வூர்ச் சேரியை எட்டியபோது அது நிரூபணமானது. 1992ஆம் ஆண்டு ஜூலை மாதம் ஐந்தாம் தேதி இரவு 10.30 மணிக்கு ஓடும் பேருந்திலிருந்த தலித் சமூகத்தைச் சார்ந்த அம்மாசி, வேலு ஆகிய இருவரையும் வெட்டிக் கொன்றனர் ஆதிக்கச் சாதியினர். சென்னகரம் பட்டியிலிருந்த அம்மச்சி அய்யனார் மண்டு என்ற கோயிலின் பொதுச் சொத்தில் தலித்துகள் ஏலம் கேட்டனர் என்பதைப் பொறுத்துக்கொள்ள முடியாத கள்ளர் சாதியினர் செய்த கொலைகள் இவை. இக் கொலைகளில் குற்றம் சாட்டப்பட்ட 26 பேருக்கு 16 ஆண்டுகளுக்குப் பிறகு கரூர் நீதிமன்றம் 2007 ஆகஸ்ட் நான்காம் தேதி இரட்டை ஆயுள் தண்டனை வழங்கி யுள்ளது. இந்திய நீதிமன்ற வரலாற்றில் 26 பேருக்கு ஒரே நேரத்தில் இரட்டை ஆயுள் தண்டனை வழங்கப் படுவது இதுவே முதல்முறை. இவ்வழக்கிலிருந்து விடுபடு வதற்காக ஆதிக்கச் சாதியினர் செய்த பல்வேறு தொடர் முயற்சிகளையும் தாண்டி வழங்கப்பட்டுள்ள இத்தண் டனை, அவர்களுக்கு அதிர்ச்சியையும் இழப்பையும் ஒருசேரத் தந்துவிட்டதால்தான் இந்த அழுகையும் ஓலமும்.

நீண்ட நாள் சிறைவாசத்தால் தண்டிக்கப்பட்டவர் களின் மனநிலையும் அவர்களின் குடும்பமும் என்ன

வாகும் என்பதை யோசிக்க முடிந்தாலும் சாதியை வைத்து அதிகாரத்தை மட்டுமே நிறுவிவந்தவர்களுக்குத் தண்டனை கிடைத்திருக்கிறது என்பதையும் கவனிக்க வேண்டியிருக்கிறது. இது போன்ற தண்டனைகளாலேயே சாதி என்னும் அம்சம் அழிந்துவிடப்போவதில்லை. தலித் மக்களின் நெடிய இழப்பு களுக்கு முன் இவையெல்லாம் பொருட்டே கிடையாது. இத்தீர்ப்பிற்காக அடுத்தடுத்து மேல்முறையீடு என்றெல்லாம் ஆதிக்க வகுப்பினர் செல்வார்களேயானால் இத்தண்டனை யின் ஆயுள் குறித்து உறுதியாக எதையும் கூற முடியாது. எனினும் சட்டம் வழங்கியுள்ள இத்தண்டனை குறித்து ஆதிக்கச் சாதியினர் மத்தியில் அச்சமும் தொடர் அலைச்சலால் சலிப்பும் ஏற்படுமானால், அவையே இத்தீர்ப்பு ஏற்படுத்தி யுள்ள விளைவுகளாகக் கொள்ளலாம்.

26 பேருக்கு அளிக்கப்பட்ட இத்தண்டனை, சட்டத்தின் பலத்தால் மட்டுமே சாத்தியப்படவில்லை. பாகுபாடுகளுக்கு எதிரான சட்டத்தின் விதிமுறைகள் இருப்பதாலேயே அவை செயல்படுத்தப்பட்டுவிடுவதில்லை. அதைச் சாத்தியமாக்கவும் இங்கே போராட வேண்டும் என்பதையே சென்னைகரம்பட்டி தலித் மக்களின் இத்தீர்ப்புக்கான போராட்டங்கள் சொல் கின்றன. சாதி, பணம், அரசியல், வன்முறை போன்ற பல்வேறு பலங்களோடு இயங்கிய கொலையாளிகளுக்கு எதிராக அவை போன்ற ஆதரவு எவையுமற்ற தலித் மக்கள் இத்தீர்ப்பைப் பெற்றுள்ளனர் என்பது அவர்கள் மேற்கொண்ட சட்டரீதி யான போராட்டங்களின் வலிமையைக் காட்டுகிறது.

தீண்டப்படாதோர்மீதான, சாதிக் கொடுமைகளுக்குத் தென்னிந்தியச் சான்றாக அம்பேத்கரால் குறிப்பிடப்பட்ட பகுதி மேலூர். பிற பகுதிகளைக் காட்டிலும் இன்னும் இறுக்க மான சாதியமைப்பு இங்கு நிலவுகிறது. இங்குள்ள சென்னகரம் பட்டிக் கிராமத்தின் அம்மச்சி அம்மன் கோயில் நிலம் பெரியாறு பாசனப் பகுதியாகும். கோயில் சொத்தான இந்நிலத்தின் அளவு 9 ஏக்கர், 24 சென்ட். பொதுச் சொத்தான இதைப் பல வருடங்களாய் ரகசிய ஏலம் மூலம் சாதி இந்துக்கள் மட்டுமே குறைந்த விலையில் குத்தகை எடுத்துவந்தனர். 1987ஆம் ஆண்டுதான் முதன்முதலாக அதில் ஏலம் கேட்டனர் இவ்வூர் தலித் மக்கள். இதனால் ஏலத்தை அறிவிக்காமலேயே விளைச்சலில் ஈடுபட்டனர் சாதி இந்துக்கள். இம்முறைகேட் டிற்கு எதிராக தலித் தரப்பினர் அன்றைக்கு மதுரை மாவட்ட ஆட்சித் தலைவராக இருந்த சந்திரலேகாவிடம் மனு அளித் தனர்.

அதன் பிறகு 30.07.1991இல்தான் பொது ஏலத்தை அறிவித்தது இந்து சமய அறநிலையத் துறை. தலித்துகளோடு சமமாக ஏலம் கேட்பதைத் தவிர்க்க விரும்பிய கள்ளர்கள், ஏலத்திற் குரிய பணம் கொண்டுவரவில்லையெனக் கூறி ஏலத்தில் பங்கெடுக்க மறுத்தனர். ஆனால் தலித்துகளோடு பிறரும் சேர்ந்து 7,490 ரூபாய்க்கு ஏலத்தை எடுத்தனர். இந்த ஏலத்தைச் செல்லாது என்று அறிவிக்கக் கோரிக் கள்ளர்கள் மதுரைத் துணை ஆணையருக்குத் தந்தி கொடுத்தனர். கள்ளர் சாதியைச் சேர்ந்த அந்த ஆணையரும் ஏலத்தை ரத்துசெய்யப் பரிந் துரைத்து சென்னை இந்து அறநிலைய ஆணையருக்கு அனுப்பி னார். பிறகு இந்து அறநிலையத் துறை ஆணையரைச் சந்திக்க தலித்துகளும் சென்னை சென்றனர். 19.09.1991இல் ஏலத்திற் கான தண்டோராமூலம் அறிவித்த நாளுக்கும் ஏலம் எடுக்கும் நாளுக்கும் இருக்க வேண்டிய நாள் இடைவெளி பின்பற்றா ததைக் காட்டி ஏலம் ரத்துசெய்யப்பட்டதாகவும் அதற்குக் காரணமான அதிகாரி பணிநீக்கம் செய்யப்படுவதாகவும் அறிவிக்கப்பட்டது. பணிநீக்கம் செய்யப்பட்ட அதிகாரி தலித் சமூகத்தைச் சார்ந்தவராவார். ஏலம் தடைசெய்யப்பட்டாலும் அதில் சிறு விதிவிலக்குத் தரப்பட்டது. ஏலம் நிறுத்தப்பட்டா லும் ஏழைகளான ஆதி திராவிடர்களின் ஏல உரிமை மட்டும் அனுமதிக்கப்படும் என்று சொல்லப்பட்டது. தலித்துகளுக்குக் கிடைத்த இவ்வாய்ப்புக்காக இவ்வூரின் 200 தலித் குடும்பங் களும் கூட்டாகப் பங்களித்தன.

ஏலத்தை எக்காரணத்திற்காக நிறுத்தக் கோரினார்களோ அது நிறைவேறாததால் வெவ்வேறு இடங்களில் ஏலத்தை முழுமையாக நிறுத்தக்கோரும் வழக்குகளைத் தொடுத்தனர் கள்ளர்கள். சின்ன அம்பலம், அழகர் கருப்பண்ணன், அம்பலம் சுப்பையா ஆகியோர் கோயில் நிலத்தில் உழக் கூடாதென வட்டார நீதிமன்றத்திலும் இடைக்காலத் தடைகோரி மாவட்ட நீதிமன்றத்திலும் வழக்குத் தொடுத்தனர். பிறகு கிருஷ்ணன் என்ற வீரணன் சென்னை உயர் நீதிமன்றத்திலும் வழக்குத் தொடுத்தார். இந்த எல்லா வழக்குகளிலுமே தலித் தரப்பு ஆஜரானது. அவர்களின் எளிய வாழ்நிலைக்கு இது பெரும் அலைச்சலாக அமைந்தது. இதோடு நில்லாத கள்ளர்கள், ஏல நிலத்திலிருந்த விளைச்சலையும் அழித்ததோடு தலித்து களைப் புறக்கணிக்க வேண்டுமெனச் சாதிக் கட்டுப்பாட்டை யும் ஊரில் கொணர்ந்தனர். இந்நிலையில் 22.11.1991இல் ஏலம் செல்லும் என்று உயர் நீதிமன்றம் தீர்ப்பளித்தது. இதற்கு எதிரான பிரச்சினைகளும் இங்கெழுந்தன. குழப்பம் நீடித்த தால் மாவட்ட நிர்வாகம் 144 தடை உத்தரவையும் பிறப்பித்தது.

சாதியம்: கைகூடாத நீதி

அமைதிக் குழுவும் அமைக்கப்பட்டது. இதற்குப் பிறகு, தலித்து களைக் குறிவைத்துத் தாக்குவதில் இறங்கினர் கள்ளர்கள்.

முதலில் 11.11.1991இல் மேலூரில் கணக்காளராகப் பணி யாற்றிய சென்னகரம்பட்டியைச் சேர்ந்த சிவலிங்கம் என்ற தலித் இளைஞரை அடித்து வெளியேற்றினர். 13.11.1991இல் மேலூர் பேருந்து நிலையத்திலேயே சுரேஷ் என்பவரைக் கத்தியால் குத்திக் கொலைசெய்ய முயன்றனர். இத்தாக்குதல் களைத் தொடர்ந்து மற்றொரு அமைதிக் குழுவும் அமைக்கப் பட்டது. ஆனால் கள்ளர்கள் 03.07.1992இல் வெளியூர் வேலைக் குச் சென்று திரும்பிய அழகி, ராஜேந்திரன், தொம்பா (எ) சேவி, பொன்னோடையன், நல்லமணி போன்றோரைச் சென்னகரம்பட்டியிலேயே வைத்து வெட்டினர். இதற்காக அளிக்கப்பட்ட புகாரால் கள்ளர்கள்மீது பிரிவு 107 கொலை முயற்சி வழக்குப் போடப்பட்டது. இதற்குப் பிறகு 05.07.1992இல் நடந்த அமைதிக் குழுக் கூட்டத்திற்குச் சாதி இந்துக்கள் யாரும் செல்லவில்லை. தலித்துகள் மட்டுமே சென்று திரும்பி னர். அமைதிக் குழுக் கூட்டத்திற்குச் சென்று திரும்பியபோது இரவு 10.30 மணிக்கு அக்கிரகாரம் என்றழைக்கப்படும் சுந்தர ராஜபுரத்தில் அவர்களின் பேருந்து மறிக்கப்பட்டு ராமர் என்பவரின் தலைமையிலான கும்பல் அம்மாசி, வேலு ஆகிய இருவரை வெட்டிக்கொன்றது. பாகுபாட்டை அங்கீகரிக்க மறுத்த தலித்துகளின் தொடர் முயற்சி பெரும் இழப்பில் முடிந்தது.

இக்கொலைகளுக்குப் பிறகு கொலையாளிகளுக்குத் தண்டனை பெற்றுத்தர தலித் மக்கள் நடத்திய சட்டரீதியான போராட்டங்கள் தனியானவை. இக்கொலைகளுக்காக 26 பேர்மீது புகார் தரப்பட்டது. இப்புகார் குறித்த எவ்விதப் பதற்றமும் சாதி இந்துக்களிடம் நிலவவில்லை. இதிலிருந்து விடுபட்டுவிட முடியும் என்ற சாதி தைரியத்தில் அவர்கள் நடமாடினர். இதற்குப் பிறகு 1997இல் மேலவளவில் ஆறுபேர் வெட்டிக்கொல்லப்பட்ட நிகழ்வுகளிலும் சென்னகரம்பட்டிக் கொலையாளிகளுக்குப் பங்கிருந்தது என்றால், இவர்களின் சாதி வெறியையும் குற்றத்திலிருந்து விடுபட்டுவிட முடியும் என்கிற ‘துணிச்ச’லையும் நாம் புரிந்துகொள்ள முடிகிறது (சென்னகரம்பட்டிக் குற்றவாளிகள் 26 பேரில் மூவர் மேல வளவு வழக்கிலும் ஆயுள் தண்டனை பெற்றுள்ளனர் என்பது குறிப்பிடத்தக்கது). சென்னகரம்பட்டிக் குற்றவாளிகளில் சிவனாண்டியும் ஆண்டிச்சாமியும் எட்டு நாள்களிலேயே முன்ஜாமீன் பெற்றனர். வேறு சிலரும் ஜாமீனில் வெளிவந் தனர். வழக்கும் நிலுவையில் நிறுத்தப்பட்டது.

இக்காலச் சூழலில் மதுரை வட்டாரத்தில் பரவலாகிவந்த விடுதலைச் சிறுத்தைகள் இயக்கம் இப்பிரச்சினையில் ஈடு பட்டமையால் இதன்மீதான கவனம் அரசியல் தளத்தில் வலுப்பட்டது. கதிர் அறுக்கும் போராட்டம், ஆர்.டி.ஓ. விசாரணை அறிக்கையை வெளியிடக் கோரிய போராட்டம், கொலையாளிகளைக் கைதுசெய்யக் கோரும் பேரணி, பொதுக் கூட்டம், தொடர் முழக்க ஆர்ப்பாட்டம் என்று தொடர்ச்சி யாக அவ்வியக்கம் நடவடிக்கைகளில் இறங்கியது. இதற்குப் பிறகு இவ்வழக்கிற்கான பொறுப்பை ஏற்றார் வழக்கறிஞர் ரத்தினம். சென்னகரம்பட்டிக் கொலையாளிகளுக்குத் தண்டனை வழங்கப்பட்ட இந்நாள்வரையிலான நடவடிக்கைகளை முன் னெடுத்துவந்தவர் இவர்தான். இதேபோல மேலவளவு வழக் கிலும் இவர்தான் பங்கு வகித்தார். மேலவளவு வழக்கில் குற்றம்சாட்டப்பட்ட 41 பேரில் ஒருவர் இறந்துபோனார். 40 பேரில் 23 பேரை விடுவித்துவிட்டு, 17 பேருக்கு ஆயுள் தண்டனை அளித்தது சேலம் நீதிமன்றம். இத்தண்டனை பெற்றவர்களுக்கு அளிக்கப்பட்ட ஜாமீனை ரத்து செய்யக் கோரியும் விடுவிக்கப்பட்ட 23 பேருக்கும் தண்டனை வழங்க வேண்டுமென்றும் உச்ச நீதிமன்றத்தில் மேல் முறையீடு செய் துள்ளனர் ரத்தினம் தலைமையிலான வழக்கறிஞர்கள்.

சென்னகரம்பட்டி வழக்கில் அவ்வூர் தலித் மக்களின் துணையோடு நீண்ட தொடர் போராட்டம் நடத்தப்பட்டு வந்தது. இது போன்ற வழக்குகளில் கொலைகாரர்களுக்குத் தண்டனை கிடைத்தாலும் அது எஸ்.சி/எஸ்.டி வன்கொடுமைத் தடுப்புச் சட்டத்தின்கீழ் (1989) கொணரப்பட்டுத் தண்டனை அளிக்கப்படுவதில்லை. மேலவளவு, சென்னகரம்பட்டி போன்ற இடங்களில் ஏன் கொலைசெய்தார்கள் என்பது வெளிப்படை. இந்தியாவில் அரசு இயந்திரத்தாலேயே பயன்படுத்தப்படாத சட்டம் இதுவாகத்தானிருக்கும். வழக்குப் பதிவுசெய்யப்படும் இடமான காவல் நிலையத்திலும் இச்சட்டத்தின்படி பதிவு செய்யப்படுவதில்லை. இச்சட்டத்தின்கீழ் இதுவரையிலும் மிகவும் குறைவான வழக்குகள் பதிவுசெய்யப்பட்டு, அதிலும் குறைவாகவே தண்டனைகள் வழங்கப்பட்டுள்ளன. அதிலும் இது போன்ற கொலை வழக்குகள் இச்சட்டத்தின் கீழ் கொணரப்படுவது அரிதாகவே உள்ளது. இந்நிலையில் ஆதிக்கச் சாதி அமைப்புகள் முதல் வெகுஜன ஊடகங்கள்வரை இச் சட்டம் தவறாகப் பயன்படுத்தப்படுவதாகக் கருத்தை உற்பத்தி செய்து பரப்புகின்றன. உண்மையில் இங்கு எழ வேண்டிய கோரிக்கையே இச்சட்டத்தைச் சரியாகப் பயன்படுத்துங்கள் என்பதுதான். இச்சட்டம்தான் இம்மக்களுக்குக் கிடைத்த

சக்தி வாய்ந்த ஆயுதம். அதைப் பயன்படுத்துவது குறித்த விழிப்புணர்வுதான் இம்மக்களுக்கு வேண்டியிருக்கிறது.

சென்னகரம்பட்டி வழக்கு, கணிசமான அளவிற்கு முன்னேறிச்செல்ல இச்சட்டமே பயன்பட்டது. சென்னகரம் பட்டி வழக்கை இச்சட்டத்தின்கீழ் கொணர வேண்டுமென ரத்தினம் உயர் நீதிமன்றத்தில் முறையீடு செய்தார். சாதகமான தீர்ப்பு வந்த பிறகு, வழக்கை விரைவுபடுத்தக் கோரி மேல் முறையீடு செய்ததால், மூன்று மாதத்திற்குள்ளேயே வழக்கை முடிக்க வேண்டுமென உத்தரவிடப்பட்டது. இருப்பினும் ஆறு மாதத்திற்குமேல் ஆனது. சென்னகரம்பட்டிப் பெருமாள் என்பவர் வழக்கை வேறு இடத்திற்கு மாற்ற வேண்டுமென முறையிட்ட பிறகு, வழக்கு கரூருக்குச் சென்றது. பிறகு, வழக்கறிஞரும் மாற்றப்பட்டு 31.08.2007இல் இன்றைக்கு இத் தண்டனையைப் பெற்றுத்தந்த வழக்கறிஞர் பவானி பா. மோகன் பொறுப்பேற்றார். இத்தனை முயற்சிகளுக்குப் பிறகும் இந்த வழக்கின் தீர்ப்பு இச்சட்டத்தின் அடிப்படையில் வழங்கப்பட வில்லை. ஆனால் இவ்வழக்கில் ஆஜரான வழக்கறிஞர்கள் எஸ்.சி, எஸ்.டி வன்கொடுமைத் தடுப்புச் சட்டத்தின்கீழ் இதைக் கொணர வேண்டுமென மேல்முறையீடு செய்யவுள்ளனர். 26 பேருக்குக் கிடைத்த தண்டனையால் உருவாகியுள்ள விளைவு களை அதிகரிக்க இம்முறையீடு பயன்படும்.

***காலச்சுவடு*, செப்டம்பர் 2008**

உத்தப்புரம்:
புலப்படும் சுவரும் புலப்படாத சுவரும்

தாழ்த்தப்பட்டோர், பழங்குடியினர் மீதான தீண்டாமை வன்கொடுமைத் தடுப்புச் சட்டம் இயற்றப் பட்ட 1989ஆம் ஆண்டு, மதுரை மாவட்டம் எழுமலைக்கு அருகில் உள்ள உத்தப்புரம் என்னும் கிராமத்தில் தாழ்த் தப்பட்ட மக்கள் வசிக்கும் குடியிருப்பையும் சாதி இந்துக்கள் வசிக்கும் குடியிருப்பையும் பிரிக்கும் நீண்ட மதில் சுவர் எழுப்பப்பட்டது. கட்புலனாகும் இந்த மதில் சுவரை எழுப்பியதன் மூலம் 'காண மறுத்தல்' என்னும் அவர்களின் பிரிவினைக் கொள்கையைக் வெளிப்படுத்திருக்கிறார்கள் சாதி இந்துக்கள். 18 ஆண்டு களுக்குப் பிறகுதான் இந்த அவமானம் இங்கு பேசு பொருளாகியிருக்கிறது.

உத்தப்புரத்தில் காவல் துறை ஆவணங்களின்படி பிள்ளைமாருக்கும் தலித்துகளுக்குமான மோதல் 1947 முதலே இருந்துவருவதாகத் தெரிகிறது. 1989இல் தாழ்த்தப் பட்டோரில் தேவேந்திரர் வகுப்பினருக்குச் சொந்தமான கருப்பசாமி கோயிலில் சாமியாடி, சாதி இந்துக்கள் குடியிருப்பைத் தாண்டிச் சென்று தங்களுக்குப் பாத்தியப் பட்ட அரசமரத்தை வணங்கித் திரும்பினார். பிள்ளைமார் வகுப்பினரின் முத்தாலம்மன் கோயில், அரச மரத்திற்குப் பக்கத்திலேயே இருந்தது. இதன் தூய்மை கெட்டுவிட்ட தாகக் கூறியதால் மோதல் எழுந்தது. அதனால் சாமியாடி தாக்கப்பட்டார். இக்கலவரத்தின் தொடர்ச்சியாக நாகமுத்து என்னும் தலித் கொலைசெய்யப்பட்டார். அக்கொலைக்காகத் தாழ்த்தப்பட்ட மக்கள் அடையாளம் காட்டிய யாரையும் காவல் துறை கைதுசெய்யவில்லை. இப்பெரும் கலவரத்தில் நான்கு பேர் வெட்டப்பட்டனர்.

காவல் துறை நடத்திய துப்பாக்கிச் சூட்டில் இரண்டு தலித்து கள் இறந்தனர். காவல் துறையால் கைதுசெய்யப்பட்டவர் களில் பெரும்பான்மையோர் தலித்துகளே.

இதன் பிறகே, அரசுத் தரப்பு முன்னிலையில் இரண்டு வகுப்பினரின் 'ஒப்புதலோடு' சுமார் 15 அடி உயரமும் இரண் டரை அடி அகலமும் 600 அடி நீளமும் கொண்ட தடுப்புச் சுவர் 1990ஆம் ஆண்டு எழுப்பப்பட்டது. கிராமத்தின் பொதுப் பயன்பாட்டிலிருந்து தலித்துகளின் உரிமைகளை முற்றிலுமாக இல்லாமல் செய்த இவ்வொப்பந்தத்தில் மிரட்டிக் கையெழுத்து வாங்கப்பட்டது. கலவரத்தில் பெற்ற கசப்பான அனுபவத்தால் பாதிக்கப்பட்ட தலித் சமூகப் பெரியவர்களிடமிருந்து பெறப் பட்ட இவ்வொப்புதலின் நம்பகத்தன்மையைப் புரிந்து கொள்வது சிரமம் அல்ல. இத்தடுப்புச் சுவர் எழுப்பப்பட்டதற்குப் பின்னணி இருப்பது போலவே இதற்கு எதிரான போராட்டத்திற்கும் பின்னணி உண்டு. 1989 கலவரம், அதைத் தொடர்ந்து எழுப்பப் பட்ட தடுப்புச் சுவர் ஆகியவற்றைக் கண்டித்து அன்றைக்கு மதுரையிலிருந்து செயல்பட்டுவந்த தலித் ஞானசேகரன் தலைமையிலான தலித் விடுதலை இயக்கம் (DLM) போராட் டத்தை முன்னெடுத்திருந்தது. சிறு குழுவாகச் சென்று இப் பிரச்சினையை ஆராய்ந்திருந்த அவ்வியக்கத்தினர் மதுரையில் பேரணியாகச் சென்று திறந்த மடல்வடிவில் விண்ணப்பத்தை மதுரை மாவட்ட ஆட்சித் தலைவரிடம் அளித்தனர். இச்சம காலத்தில் உருவான போடி கலவரத்தால் இப்பிரச்சினை மீதான கவனம் குறைந்துபோனது. விடுதலைச் சிறுத்தைகள் இயக்கமும் கண்டனச் சுவரொட்டி அடித்திருந்தது. சுவர் எழுப்பப்பட்ட இந்த 19 ஆண்டுக் காலத்தில் சாதி அடிப்படை யில் அங்கு நிகழ்ந்துவந்த மாற்றங்கள் மோசமானவை. தலித் மக்களுக்கென்று தனித் தண்ணீர்த் தொட்டி, தனிப் பள்ளிக் கூடம் உருவாக்கப்பட்டன. பொதுப் புழக்கத்திலிருந்த இவற்றைத் தனித்துப் பிரித்தது அரசு நிர்வாகம். அதேபோலக் கிராமத் திற்கான நியாய விலைக் கடையும் புறக் காவல் நிலையமும் சாதி இந்துக்களின் வீதியிலேயே அமைந்தன. தலித்துகளுக் கான அரச மரத்தின் மீதான பாரம்பரிய உரிமையை மறுத்து ஒப்பந்தம் போட்டவர்கள், தொடர்ந்து பேருந்து நிழற்குடை அமைக்கவும் சாதி இந்துக்களின் குடியிருப்புகளிலிருந்து வெளி யேறும் சாக்கடையை மூடும் சிமென்ட் பலகை அமைக்கவும் தடைசெய்து வருகின்றனர்.

எழுப்பப்பட்டிருந்த சுவர்மீது 2008 ஏப்ரல் மாதத்தில் நடந்த திருவிழாவின்போது மின்சார வேலியையும் சாதி இந்துக்கள் அமைத்திருந்தனர். மாடும் சில கோழிகளும் அகப்

பட்டு இறக்கக் காரணமான மின்வேலியால் இன்று இப்பிரச்சினை வெளிப்பட்டது. 1989 தொடங்கி 19 ஆண்டுகள் என்னும் காலக்கணக்கில் தலித் மக்கள் மத்தியில் ஏற்பட்டுள்ள மாற்றங்கள் குறிப்பிடத்தக்கவை. சொந்த நிலங்களைக் கொண்டுள்ள அவர்கள் பொருளாதாரத் தற்சார்புள்ளவர்களாக மாறியுள்ளனர். சாதி இந்துக்களைச் சார்ந்து வாழ்வதற்கான எந்தத் தடயமும் இன்று அவர்களிடம் இல்லை. இம்மாற்றத்திற்கு இம்மக்களே முழுப் பொறுப்பாளி ஆவர். அதனால்தான் தடுப்புச் சுவர் இடிக்கப்பட்ட பின்னாலும் சாதி இந்துக்கள் தாம் பதற்றமடைந்துள்ளனரே அன்றித் தலித் மக்கள் அல்ல.

மார்க்சிஸ்ட் கம்யூனிஸ்ட் கட்சியின் தீண்டாமை ஒழிப்பு முன்னணி, கடந்த பிப்ரவரி மாதத்தில் நடத்திய ஆய்வு ஒன்றில் உத்தப்புரம் சுவர்ப் பிரச்சினையைக் கண்டறிந்திருந்தது. ஏப்ரல் 17ஆம் நாள் இந்து நாளேட்டில் வெளியான இப் பிரச்சினையை அந்நாளிலேயே அக்கட்சி தமிழகச் சட்ட மன்றத்தில் எழுப்பியது. மின்சார வேலி நீக்கப்படும் என்று மட்டுமே அரசு பதில் அளித்தது. 2008 மார்ச் மாதம் மனித உரிமை ஆணையம் இச்சுவர் தொடர்பாகத் தமிழக அரசிடம் விளக்கம் கேட்டிருந்தது. இதன்மீது ஆர்ப்பாட்டத்தை நடத்தி முடித்த மார்க்சிஸ்ட் கம்யூனிஸ்ட் கட்சி மே 7ஆந்தேதி அக்கட்சியின் அகில இந்தியப் பொதுச் செயலாளர் பிரகாஷ் காரத் வருவதாக அறிவித்தது. இதன் பிறகே இப்பிரச்சினைமீது அழுத்தம் கூடியது. காரத்தின் வருகைக்கு ஒருநாள் முன்னதாகவே 600 மீட்டர் சுவரில் 15 அடி மட்டும் பாதைக்காக இடிக்கப்பட்டது. சுவரின் எஞ்சிய பகுதி பட்டா நிலத்தில் அமைக்கப்பட்டுள்ளது என்ற சாதி இந்துக்களின் வாதத்தை ஏற்பதைப் போலவே தமிழக அரசும் பிற பகுதிகளை இடிக்காமல் விட்டுள்ளது. குறிப்பிட்ட இந்தச் சுவரின் பகுதி பிள்ளைமார் வகுப்பினரின் வீட்டுக்குப் பின்புறமாக எழுப்பப்பட்டுள்ளது. இதைத்தான் அவர்கள் சொந்த இடத்தில் இருப்பதாக வாதிடுகின்றனர். சாதி அமைப்பை இந்துக்கள் ஒவ்வொருவரும் தங்கள் 'சொந்த நம்பிக்கை' என்றே நியாயப்படுத்தி வருகின்றனர். இந்நம்பிக்கைக்கு எதிரான போராட்டம்தான் இங்கு சாதி எதிர்ப்புப் போராட்டத்தின் தொடக்கமாகும்.

ஆனால் சாதி இந்துக்கள் தரப்பை எளிதில் பகைத்துக் கொள்ள விரும்பாத கட்சிகளும் அரசும் அவர்களுக்கே ஆதரவாய் நடந்துகொள்கின்றன.

சுவரின் சிறுபகுதி இடிக்கப்பட்டமைக்கு எதிர்ப்புத் தெரிவித்த பிள்ளைமார் வகுப்பினர், குடும்ப அட்டைகளைத் திருப்பி அளிக்கும் போராட்டத்தில் தொடங்கி 'மலையோர

வாசம்' வரையிலும் சென்றுவிட்டனர். எட்டு நாள் மலைவாசத் திற்குப் பிறகே, அவர்கள் ஊர் திரும்பி உள்ளனர். முக்குலத்தோர் போன்று பெரும்பான்மையாக இல்லாத சிறுபான்மைப் பிள்ளைமார் வகுப்பினர் 'சாதித் தூய்மையை'ச் சுவர் எழுப்பிக் காப்பாற்றிக் கொண்டனர். தலித் மக்களின் தற்சார்பு, பிள்ளைமார்களின் எண்ணிக்கைச் சிறுபான்மை, எழுப்பப்பட்ட சுவரின் சட்ட விரோதத் தன்மை போன்ற காரணங்களால் நேரடியான மோதல் தற்போது எழவில்லை. பிள்ளைமார் இவ்வூரைப் பொறுத்தவரையில் பெரும்பான்மையினர் என்றாலும் ஒட்டுமொத்தத் தமிழகத்தில் அவர்கள் சிறுபான்மை யினர்தான். ஆதிக்கத்திற்கான போட்டியில் பிற ஆதிக்க வகுப்பினரோடுதான் முரண்பட முடியும் என்று சில அரசியல் சூத்திரங்கள் சொல்கின்றன. ஆனால் சாதியால் தாம் உயர்ந் தவன் என்ற மனப்பான்மை இயல்பாகவே தலித்துகளுக்கு எதிராக ஆதிக்கச் சாதிகளை ஒருங்கிணைக்கின்றது. இது போன்ற சூழல்களில் பெரும்பான்மை, சிறுபான்மை போன்ற எண்ணிக்கை அரசியல் பின்தள்ளப்பட்டுவிடுகிறது. அதனால் தான் சாதி அடிப்படையில் அமையும் பெரும்பான்மை சிறுபான்மை எப்போதும் மாறாததாக இந்தியாவில் இருக்கிறது என்றார் அம்பேத்கர். 1989ஆம் ஆண்டுக் கலவரத்தின்போதே உத்தப்புரத்தைச் சுற்றியுள்ள ஐந்து கிராமத்து ஆதிக்கச் சாதியினர் பிள்ளைமார்களுக்கு ஆதரவு அளித்தனர். இப்போதும் அந் நிலையே தொடர்கிறது. அதோடு தேவர், நாயக்கர் உள்ளிட்ட சாதிச் சங்கங்களும் பிள்ளைமார்களின் போராட்டத்திற்கு ஆதரவு அளித்துள்ளன. அச்சாதிச் சங்கங்களின் சார்பாக ஆதரவுச் சுவரொட்டிகளும் ஒட்டப்பட்டன. உண்மையில் பிள்ளைமார்களின் எட்டு நாள் மலையடிவாரப்போராட்ட மும் கோரிக்கைகளும் சட்டவிரோதமானவை. மலையடி வாரத்தை ஒட்டிய தலித்துகளின் தோட்டத்தில்தான் இவர்கள் தங்கியிருந்தனர். அங்கிருந்த 5 தலித் குடும்பத்தினர் விரட்டப் பட்டனர். தோட்டத்திலிருந்த காய், கனிகள் இவர்களுக்கு உணவாகின. காலை ஆறு மணிக்கு டிராக்டரில் வந்து இறங்கும் இவர்கள், மாலை ஆறு மணிவரை போராட்டம் நடத்திவிட்டு இரவு ஊருக்குள் சென்றுவிடுவர். சாதி இந்துக்களின் சோகத்தைச் சொன்ன ஊடகங்கள் இந்த உண்மையை வழக்கம் போல் சொல்லாமல் மறைத்துவிட்டன. உத்தப்புரத்தில் உள்ள வ.உ.சி. இளைஞர் நற்பணி மன்றத்தின் மூலம், இப்போராட்டத் திற்காகக் கணிசமான தொகை வசூலிக்கப்பட்டிருந்தது. மதுரை மீனாட்சி மிஷன் மருத்துவக் குழுவும் இலவச மருத்துவம் செய்தது. சாதி இந்துக்களின் ஒருங்கிணைப்பையும் ஆளுங் கட்சிக்கு எதிரான மனநிலையையும் பயன்படுத்திக்கொள்ள

அதிமுகவும் நாங்கள் உங்களுக்கு விரோதமானவர்கள் அல்ல என்று திமுகவும் பிள்ளைமார்களைச் சந்தித்துப் பேசின. இதைக் குறித்து வெளிப்படையான அறிக்கை எதையும் வெளியிடாமல் மௌனம் காத்தன எதிர்க்கட்சிகள். சாதி இந்துக்களிடம் இப்போராட்டத்தின் சட்டவிரோதத் தன்மை யைச் சுட்டிக்காட்டும் நேர்மையை யாரும் பெற்றிருக்கவில்லை. எங்களின் பிரச்சினையைப் பெரிதுபடுத்திய கம்யூனிஸ்டுகள், பெரும்பான்மை தேவர் சாதியினரை இவ்வாறு எதிர்ப்பார் களா எனும் வாதத்தை அரசியல் அடிப்படையில் அல்லாமல் சாதி நோக்கத்திலேயே பிள்ளைமார்கள் எழுப்பி வருகின்றனர். சாதியைக் கடைபிடிப்பதில் போட்டி போடும் இச்சாதியினருக்கு இக்கேள்வியை எழுப்பும் தார்மீக உரிமை ஏதுமில்லை.

உத்தப்புரம் பிரச்சினையின் மீது போராட்ட மதிப்பு, ஊடகப் பார்வை கிடைக்கக் காரணமானவர்கள் மார்க்சிஸ்ட் கம்யூனிஸ்ட் கட்சியினர்தாம். பிரச்சினை ஏற்பட்ட பிறகே தலையிடும் குணம் உள்ள சூழலில் இப்பிரச்சினை இக்கட்சியால் தான் கண்டறியப்பட்டது. சாதி குறித்து தலித்துகளும் தலித் கட்சிகளும்தான் கவலைப்பட வேண்டும் என்பதல்ல. தலித் மக்களின் பிரச்சினையாகவே அதைக் கருதுபவர்கள்மீது கடும் விமர்சனத்தை அம்பேத்கர் முன்வைத்துள்ளார். தலித் அல்லா தவர்களும் கவலைப்பட வேண்டிய விஷயம் அது. அதைக் கம்யூனிஸ்ட் இயக்கம் உணர்ந்திருப்பதை இங்கு சொல்ல வேண்டும். அதே வேளையில் தீண்டத்தக்க இந்துக்களை மாற்றுவதற்குச் செய்ய வேண்டிய பணிகளும் ஏராளமாய் உள்ளன. 1990களில் எழுந்த தலித் எழுச்சி சாதி மற்றும் தலித் மக்கள் குறித்த அணுகு முறைகளில் பல்வேறு மாற்றங் களை ஏற்படுத்தியுள்ளது. அவற்றில் ஒன்றுதான், அரசியல் கட்சிகள் மத்தியில் எழுந்துள்ள தலித் மக்கள்மீதான கவனம். தலித் எழுச்சியின் நேரடியான மற்றும் மறைமுகமான தாக்கங் களைக் குறித்துத் தனியே எழுத வேண்டும். வர்க்க அடையாளத்திற்குள் உள்ளடக்கிப் பேசப்பட்ட தலித் பிரச்சினைகளைச் சாதிப் பிரச்சினையாகக் கருதிக் கூடுதல் கவனம் செலுத்திப் பேசும் மார்க்சிஸ்ட் இயக்கத்தின் தற்கால நடவடிக்கைகளை இந்த வகையில் நிறுவி நாம் பேச முடியும். சாதிப் பிரச்சினைகளில் போதுமான பார்வை செலுத்தவில்லை என்ற இடதுசாரிகள் மீதான தலித் அரசியலின் விமர்சனத்தைச் சரிசெய்துவிடும் விதமாகவே அவர்களின் வேகமும் கவனமும் கூடியிருக்கின்றன. அதனால்தான் இன்றைக்குப் பாப்பாப்பட்டி தொடங்கி உத்தப்புரம் வரையிலான பிரச்சினைகளைத் தனியொரு கட்சியாகவே எதிர்கொண்டு, அதன் மீதான 'வெற்றிகளை'த் தங்களுக்குரியதாக மட்டுமே சொல்ல விரும்பு

கின்றனர். தாம் முன்னெடுக்கும் பிரச்சினைகளில் தலித் இயக்கங்கள் நுழைந்துவிடக் கூடாது என்ற கவனமும் அவர்களிடம் மிகுதியாகி உள்ளது. இப்பிரச்சினைகள்மீது கடந்த காலங்களில் போராடிய தலித் இயக்கங்களோடு ஐக்கியத்தை மட்டுமல்ல அவற்றின் போராட்டத்தையும் அவை சொல்ல விரும்புவதில்லை. சான்றாகப் பாப்பாப்பட்டி பிரச்சினையில் அதுவரை போராடிவந்த தலித் அமைப்புகளைவிடக் கடைசி இரண்டு ஆண்டுகளில் கவனம் செலுத்திய தங்களின் பங்களிப்புகளைப் பெரிதுபடுத்தும் அவர்களின் நடவடிக்கைகளைச் சொல்லலாம்.

இத்தகைய பின்னணியில்தான் கடந்த சில ஆண்டுகளுக்கு முன் தீண்டாமை ஒழிப்பு முன்னணியை உருவாக்கியிருப்பதையும் புரிந்துகொள்ள முடியும். மார்க்சிஸ்டுகளின் இம்மாற்றங்கள் வரவேற்கத்தக்கவை; அங்கீகரிக்கப்பட வேண்டியவை. ஆனால் இம்மாற்றத்திற்குப் பின்னால் தலித் எழுச்சியின் கருத்தியலும் அமைப்புகளும் உள்ளன என்பவை குறிப்பிடத் தக்கவை. இச்சூழலில் தலித் இயக்கங்களின் சுணக்கத்தையும் பிரச்சினைகளை முன்னெடுப்பதில் ஏற்பட்டுள்ள பின்னடைவையும் சொல்லாமல் இருக்க முடியாது. தினசரிப் பிரச்சினைகளையே பின்தொடரும் அவை நெடுங்காலம் நிலவிவரும் பாகுபாடுகளைக் கண்டறிந்து போராட முடியாத பலவீனத்தையும் உணராமல் இருக்கின்றன.

மொத்தத்தில் உத்தப்புரத்திலுள்ள தடுப்புச் சுவர் முழுமையாக அகற்றப்பட வேண்டும். அதற்கான போராட்டமும் மிச்சமுள்ளது. 1989 தொடங்கி இந்த 19ஆண்டுக் காலத்தில் சாதியின் பெயரால் பராமரிக்கப்பட்டுவரும் தடுப்புச் சுவர் உள்ளிட்ட பாகுபாடுகள் அரசு இயந்திரங்களின் கண்காணிப்பிலேயே காப்பாற்றப்பட்டுவருகின்றன. இப்பாகுபாடுகளுக்கு எதிரான போராட்டமும் புகார்களும் கிராம நிர்வாகம் முதல் மாவட்ட நிர்வாகம்வரை அளிக்கப்பட்ட போதும், எவ்வித நடவடிக்கைகளும் எடுக்கப்படவில்லை. இந்நிலையில் முழுக்க முழுக்கச் சரிசெய்யப்பட வேண்டியவர்களாகச் சாதி இந்துக்களே இருக்கின்றனர். சாதி நோய்மீதான மருத்துவமே மிக அவசியமானது. ஏனெனில் எழுப்பப்பட்டுள்ள கண்ணுக்குத் தெரியும் சுவரைக் காட்டிலும் சாதி இந்துக்களின் மனநிலையில் எழுப்பப்பட்டுள்ள சாதிச் சுவரை இடிப்பதுதான் அதிகச் சவாலானது.

***காலச்சுவடு*, ஜூன் 2008**

அவர்களுடைய விருப்பங்களே எமக்குச் சட்டங்கள்

(தென்மாவட்டங்களின்
இருவேறு சாதி வன்முறை குறித்த பதிவுகள்)

ஒரேவிதமான காரணம், சம்பவம், சேதங்களின் பட்டியல், கொலையுண்ட உடல் என்று சொல்லப்படுவதால் சாதாரண செய்தியாகிப் போன சாதிய வன்முறைகளை எல்லோரும் எளிமையாகக் கடந்துபோகப் பழக்கப்பட்டுவிட்டோம். ஆனால் சாதி அதன் கொடிய இருப்பை மறுவுறுதி செய்துகொள்ளும் அனுபவத்தைத் தினமும் சந்தித்துக்கொண்டுதான் இருக்கிறோம்.

மதுரை திருமங்கலம் அருகிலுள்ள வில்லூர் கிராமத்தில் ஒடுக்கப்பட்ட தலித் வகுப்பினர்மீது பெரும்பான்மை ஆதிக்க வகுப்பினர் ஏவிய பொது உரிமைகளுக்கு எதிரான தடையால் ஆதிக்க வகுப்பினருக்கும் காவல் துறைக்குமான மோதலாக அது மாறி நிற்கிறது. நவீன ஜனநாயக வடிவங்கள் நுழைவதன் மூலம் சாதித் தனித்துவம் கலைந்துவிடாமல் பாதுகாக்கும் பகுதி இது. தங்களுக்குள்ளேயே கூட்டங்களாகவும் திருமண உறவு கொள்ள முடியாத பிரிவுகளாகவும் வாழ்ந்துவரும் முக்குலத்தோர் வகுப்பினர் எண்ணிக்கை பெரும்பான்மை மூலமும் வன்முறை மூலமும் தங்களின் சாதியதிகாரத்தை இங்கு நிறுவியுள்ளனர்.

வில்லூர் கிராமத்தில் தேவர் எனப்படும் முக்குலத்தோர் பெரும்பான்மையாகவும் தலித் சாதிகளில் தேவேந்திரர்கள் 75 குடும்பங்களாகவும் பறையர்கள் 50 குடும்பங்களாகவும் உள்ளனர். பிறவகுப்பினர் சிறுபான்மையான

எண்ணிக்கையில் உள்ளனர். இங்கு இன்னும் தலித்துகளுக்கு இரட்டைக் குவளை முறைதான். முக்குலத்தோர் வகுப்பில் 12 கமிட்டி உறுப்பினர்கள் உண்டு. இந்த உறுப்பினர்கள்தாம் முழுக் கிராமத்தையும் தங்கள் கட்டுப்பாட்டில் வைத்துள்ளனர். இங்கு தலித்துகள் யாரும் செருப்பணிய முடியாது. டீ கடைகளில் மரப் பலகைகளில் உட்கார்ந்து ஆதிக்க வகுப்பினர் டீ குடிக்கிறார்கள். தலித்துகளோ தரையில் விரிக்கப்படும் கோணிகளில் அமர்ந்துதான் டீ குடிக்க முடியும். நவீனச் சட்டத்திற்குக் கட்டுப்படாத அதேவேளையில் வைதீக, மத சட்டகங்களுக்குள்ளும் அடங்காத சாதிவிதிகள் இவை.

இக்கிராமத்தில் தலித் மக்கள் சாலைக்குச் செல்ல ஆதிக்க வகுப்பினர் வாழும் தெருக்களைக் கடந்துதான் செல்ல முடியும். வீதியில் சைக்கிளிலோ மோட்டார் பைக்கிலோ ஏறிப்போக முடியாது. இந்தப் பாதையில் செல்ல முடியா விட்டால் ஊரைச் சுற்றிச் செல்லும் ஒற்றை மண்பாதை வழியாகவே சாலையை அடைய முடியும். அதிலும் மழைக் காலங்களில் செல்ல முடியாது. இந்நிலைமைகளுக்கு எதிராகத் தலித் மக்களின் எதிர்ப்பு ஒருங்கிணைக்கப்பட்டதில்லை. அதற்கான நிலையிலும் தலித் மக்களின் வாழ்நிலை அங்கில்லை. இவ்வூரில் தலித்துகளில் ஒருவர் மட்டுமே அரசு ஊழியர்.

அரசு எந்திரங்கள் தங்கள் செயல் முறைகளால் சாதியை எதிர் கொண்டதில்லை. தமிழகத்தின் பெரும்பான்மையான பகுதிகளைப் போலவே இங்கும் எந்த அரசியல் அமைப்பும் நிலவும் சூழலை ஆராய்ந்து போராடிய சான்றுகளே இல்லை.

கடந்த 2011 ஏப்ரல் 30ஆம் தேதி தலித் வகுப்பைச் சார்ந்த முருகன் என்பவர் குடும்பத்தோடு திருவிழாவிற்குச் சென்ற பிறகு வீட்டில் மறந்துவிட்டுச்சென்ற பணத்தை விரைவாக எடுத்து வருமாறு திருமங்கலத்திலிருந்து செல்போனில் தன் தம்பி தங்கபாண்டியிடம் கூறியிருக்கிறார். பணத்தை எடுத்துக் கொண்ட தங்கபாண்டி அவசரம் கருதி மோட்டார் சைக்கிளில் முக்குலத்தோர் புழங்கும் தெரு வழியாகச் சென்றார். திருமங்கலத்திலிருந்து இரவு வீடு திரும்பிய தங்கபாண்டியை இக் காரணத்தைச் சொல்லி ஆறு பேர்கொண்ட கும்பல் தாக்கியது. மோட்டார் சைக்கிளை அங்கேயே விட்டுவிட்டு ஓடிய தங்கபாண்டி காவல் நிலையத்தை அடைந்து தாக்கியவர்கள் மீது புகார் தந்தார். தேர்தல் கமிசனின் பொறுப்பிருந்ததால் மாவட்டக் காவல் ஆணையரின் அனுமதியோடு குற்றம் சாட்டப்பட்டவர்கள்மீது வழக்குப் பதிவுசெய்து கைதுசெய்தனர். மே ஒன்றாம் தேதி முக்குலத்தோர் சாதியினர் வில்லூர்

காவல் நிலையத்தை முற்றுகையிட்டுக் கைதுசெய்யப்பட்டவர் களை விடுவிக்கக் கோரி போராட்டம் நடத்தினர். இது சட்டத்திற்குப் புறம்பானது என்பதை அவர்கள் ஏற்கவில்லை. ஏனென்றால் இப்போக்கு தான் அவர்களின் கடந்த கால நடைமுறை. இந்நிலையில் மாவட்டத் துணைக் கண்காணிப் பாளர் தலைமையில் முற்றுகைப் போராட்டம் நடத்தியவர் களோடு அமைதிப் பேச்சுவார்த்தை நடத்தப்பட்டது. இரவு 7:30 மணியளவில் மாவட்டக் காவல் கண்காணிப்பாளர் அஸ்ராகர்க் தலைமையிலான காவல் துறையினர் இரண்டு வகுப்பினரிடமும் தனித்தனியே பேச்சு வார்த்தை நடத்தினர். அதனடிப்படையில் சட்டத்திற்குப் புறம்பான பாதை மறுப்பு, தீண்டாமை அனுசரித்தல் போன்ற நடைமுறைகளைக் கைவிட வேண்டுமென உத்தரவிட்டுக் காவல் துறை திரும்பியது. இந்த உத்தரவுகளால் கோபமடைந்த தேவர் சாதியினர் தலித் மக்கள்மீதும் குடியிருப்புகள்மீதும் தாக்குதல் தொடுத்தனர்.

தாக்குதலைத் தடுக்கவந்த காவல் கண்காணிப்பாளர் தலைமையிலான வாகனத்தையும் தாக்கத் தொடங்கினர். நிலைமை மோசமடைந்து டயர்களைக் கொளுத்திக் காவல் நிலையம்மீது வீசி முற்றுகையிட வந்த கும்பலை நோக்கி மாவட்டக் கண்காணிப்பாளரின் உதவியாளர் ஏழு ரவுண்டு துப்பாக்கியால் சுட்டார். இதில் ஆதிக்கச் சாதியைச் சேர்ந்த இருவர் காயமடைந்தனர். தாக்குதலில் ஒருவர் காயமானார். வில்லூர் தொடங்கிச் சுற்று வட்டாரக் கிராமங்களிலும் தாக்குதலில் இறங்கியதோடு காவல் துறை வாகனங்களையும் சேதப்படுத்தியதால் ஆதிக்க வகுப்பினர் 54 பேர் கைதுசெய்யப் பட்டனர்.

இந்தச் சம்பவத்திற்குப் பிறகு அந்த ஊரின் அன்றாட நடைமுறைகளே தடைப்பட்டுள்ளன (சாதி நடைமுறைகளுக்குத் தான்). காவல் துறையினர் தங்களைக் கைதுசெய்யக் கூடும் என்ற அச்சத்தால் கைது செய்யப்பட்டவர்களைத் தவிர பிற ஆதிக்க வகுப்பினரும், ஆதிக்க வகுப்பினர் தாக்கக்கூடும் என்று தலித் வகுப்பினரும் வெளியேறினர். தங்களைத் தற்காத்துக் கொள்ளும் விதமாக 'ஊரைவிட்டு வெளியேறும் போராட் டத்தையும்' ஆதிக்க வகுப்பினர் நடத்திப் பார்த்தனர். இம் மோதல்களுக்குப் பின்னால் கிராமப் பள்ளியை விட்டுவிலகி வேறு பள்ளிகளுக்குத் தலித் மாணவர்கள் இடம்பெயர்கிறார்கள் என்று இதழொன்றின் குறிப்பும் கூறுகிறது.

இச்சம்பவத்திற்குப் பின்னர் அங்கிருந்த சாதிமுறை பற்றிப் பேசப்பட்டதைவிடக் காவல் துறையின் நடவடிக்கைதான் அதிகம் விமர்சிக்கப்பட்டது. காவல் துறை ஆதிக்க வகுப்பினரை

அடக்குவதில் வன்முறையாக நடந்துகொண்டதையும் கைது செய்யப்பட்டவர்களை வெற்றுடம்போடு நீதிமன்றத்திற்கு அழைத்து வந்து நீதிபதியாலேயே கண்டிக்கப்பட்டதையும் காண முடிகிறது. ஜனநாயகச் சமூகத்தில் காவல் துறையின் போக்கு சட்ட வரம்பை மீறும்போது கண்டிக்க வேண்டியது தான் என்பதை யாரும் மறுக்க முடியாது. உள்ளூர் ஊடகங் களிலும் இந்தியக் கம்யூனிஸ்ட் கட்சி உள்ளிட்டவற்றோடு தேவர் சாதி அமைப்புகளும் காவல் துறையின் மனித உரிமை மீறலைக் கண்டித்து அறிக்கை வெளியிட்டன. தலித்துகள்மீது தாக்குதல் நடக்கும்போதெல்லாம் காவல் துறை அவர்களுக்கு எதிராகவும் ஆதிக்க வகுப்பினருக்கு ஆதரவாகவும் நடந்து கொள்வதே இயல்பு. மிகச் சில விதிவிலக்குகள் மட்டுமே உண்டு. அதிலொன்றுதான் வில்லூர் சம்பவம். ஆனால் அந்த விதிவிலக்குக்காகத்தான் இங்கு காவல் துறை கண்டிக்கப் படுகிறது. காவல் துறையைக் கண்டிக்கும் யாரும் அப்பகுதியில் நிலவும் சாதிக்கு எதிராக முன்பும் பின்பும் எந்தப் போராட்டத் திலும் இறங்கவில்லை. அங்கு நடைமுறையில் இருந்த சாதி செயல்முறைகள்கூட யாருக்கும் தெரியாது. காவல் துறையைக் கண்டிக்கும் அதே வேளையில் சாதிவெறியர்களைக் கண்டிக்கும் தொனியைக்கூட அந்த அறிக்கைகள் கொண்டிருக்கவில்லை. உண்மையில் காவல் துறையின் நடவடிக்கைகளைப் புரிந்து கொள்வதில் வேறு சில அம்சங்கள் கவனிக்கத் தக்கவையாய் இருக்கின்றன.

வில்லூர் பிரச்சினை தேர்தல் கமிசன் நியமித்த அதிகாரி களால் கையாளப்பட்டது. மாநில அரசின் நியமனங்கள் தற்காலிகமாக முடக்கப்பட்டு உள்ளூர் நிலைமைசாராத நியமனங்களாக அவை இருந்தன. உள்ளூர் நீக்கம் என்பது ஒருவகையில் வட்டார அளவிலான அதிகாரச் சக்திகளோடு தொடர்பில்லாததாக அமைந்துவிடுகிறது. உள்ளூர் தமிழ் அதிகாரி ஒருவர் இப்பிரச்சினையை அணுகுவதற்கும் உள்ளூருக் குப் புறம்பான ஒருவர் அணுகுவதற்கும் வேறுபாடு உண்டு. அந்த வகையில் சட்ட ஒழுங்கை மட்டுமே கருதிய மாவட்டக் காவல் துறைக் கண்காணிப்பாளர் அஸ்ராகர்க் போன்ற வடஇந்திய அதிகாரியின் நடவடிக்கையை உள்ளூர் உணர்ச்சி (சாதி உணர்ச்சி உள்ளிட்டவை) எந்தவிதத்திலும் கட்டுப்படுத்த வில்லை என்றே கூறவேண்டும். தேர்தல் கமிசன் கெடுபிடி என்ற கறார் ஜனநாயகம் பற்றிய விமர்சனத்தை ஏற்றுக்கொள்ள வேண்டிய அதே வேளையில், சட்ட ஒழுங்குக் கண்காணிப்பு என்னும் பெயரில் சட்டத்திற்குப் புறம்பான உள்ளூர் சாதியதி காரம் கட்டுக்குள் நிறுத்தப்படுவதையும் கவனிக்கிறோம். பண்டைய சமூக அமைப்பைப் பிரதிபலிக்கும் சாதியச் சட்டங்

களை நவீனச் சமூக அமைப்பின் சட்ட விதிகளைத் தீவிரமாக நடைமுறைப்படுத்துவதன் மூலம் கட்டுப்படுத்த முடியுமென்பது அம்பேத்கரின் நம்பிக்கை. ஆனால் இங்கு சாதியின் சமூகப் பலன், அரசியல் பலன் கருதி, சாதிக்கு எதிரான அரசியல் சட்டவிதிகள் எதுவும் நடைமுறைப்படுத்தப்படுவதில்லை. 'சட்டம் ஒன்று இயற்றப்படுவதைவிட அதை நடைமுறைப் படுத்துவதில்தான் அதன் பொருள் அடங்கியிருக்கிறது' என அம்பேத்கர் சொல்லியிருக்கிறார். நவீன நிறுவனங்களால் வன்முறைக்குள்ளாக்கப்பட்ட உள்ளூர் அடையாளங்கள் பற்றிப் பேசப்படும் நம் சூழலில் இந்த முரண் எந்தளவுக்கு விவாதத் திற்கு எடுத்துக்கொள்ளப்படுகிறது எனத் தெரியவில்லை. ஒரு வேளை நடை முறைப்படுத்தப்படும். ஜனநாயக சட்டவிதிகள் உள்ளூர் அதிகாரத்தைக் கட்டுப்படுத்துமானால் அதற்கு எதி ராகவும் வன்முறை சார்ந்த மூர்க்கத்தைக் கையாளுகின்றனர். இந்த மூர்க்கத்தனம் ஒடுக்கப்பட்டோரைத் தொடர்ந்து அடக்கி வைப்பதற்காகக் கடைப்பிடித்து வந்த தொடர் நடைமுறை. வில்லூரில் காவல் துறைக்கும் ஆதிக்க வகுப்பினருக்கும் இடையே நடந்த மோதல் இதைத்தான் காட்டுகிறது. நீண்ட காலமாகத் தலித்துகளை அடக்கியாள்வதில் வெற்றிபெற்றிருந்த தங்களின் உள்ளூர் அதிகாரம் சாதி வெளிக்கு அன்னியமான நவீனச் சட்டங்களாலும் நிறுவனங்களாலும் முதன்முறையாகக் கட்டுப் படுத்தப்படுவதற்கு எதிராக எதிர்வன்முறையில் இறங்குகின்றனர். சாதிய விதிகளுக்குப் புறம்பான அரசியல் சட்ட விதிகளின் தலையீட்டை இதுவரை தலித்துகளிடம் பிரயோகித்துவந்த வன்முறைத் தாக்குதல்கள் மூலம் உடைத்துவிட முடியுமென்னும் கணிப்பில்தான் காவல் துறையைத் தாக்க முற்பட்டனர். இங்குதான் சாதி என்னும் வட்டார வன்முறையை அரசு என்னும் நிறுவனவயப்பட்ட வன்முறை எதிர்கொள்கிறது.

இரட்டைக் குவளை உள்ளிட்ட தீண்டாமை நடைமுறை களை அகற்றாத மாவட்ட ஆட்சியர், காவல் துறைக் கண் காணிப்பாளர்மீது நடவடிக்கை எடுக்க வேண்டுமென்று உச்ச நீதிமன்றமே கூறியிருக்கிறது. எனினும் தீண்டாமைக்கு முற்றிலும் எதிராகச் செயல்பட்ட அதிகாரி மீதோ செயல்படாத அதிகாரி மீதோ நடவடிக்கை எடுக்கப்பட்டதை நாம் பார்த்ததேயில்லை. ஆனால் இந் நோக்கத்திற்காக அதிகாரிகளை வலியுறுத்தும் போராட்டங்களை இந்திய கம்யூனிஸ்ட் உள்ளிட்ட யாரும் நடத்தியதில்லை. முதன்முதலாக அவ்வாறு செயல்பட்ட காவல் துறை அதிகாரி மீது அந்நடவடிக்கையிலிருந்த சிறு குறையை மட்டுமே காரணமாகக்கொண்டு கண்டிக்கும் போக்கு எழுந்துள்ளது. சாதி மோதல்களின்போதெல்லாம் வெளிப்படை யாக ஆதிக்க வகுப்பினருக்கு ஆதரவாகப் பேச முடியாத

பலருக்கும் வில்லூர் சம்பவம் அத்தகைய வாய்ப்பை வழங்கி விட்டது. அதனால்தான் அது சாதி வன்முறையைக் கண்டிப்ப தற்குப் பதில் அரசு வன்முறையைக் கண்டிப்பதாக மாறியிருக் கிறது. நீண்டநாளாக நிலவும் காரணத்தால் சாதாரணமாகி விட்ட சாதி வன்முறையைக் காட்டிலும் அரசு வன்முறையைக் கண்டிப்பது நம் சூழலில் புரட்சி தானே?

O

தமிழக உள்ளாட்சித் தேர்தல் அக்டோபரில் நடக்கவிருப்ப தாக அறிவிப்பு வெளியாகியுள்ளது. இப்போதைய ஐந்தாண்டுக் காலம் முடியும் தருவாயிலும் உள்ளாட்சியில் அங்கம்வகிக்கும் தலித் பிரதிநிதிகள் மீதான சாதி வன்முறை நிற்கவில்லை. திருநெல்வேலி மாவட்டம் மானூர் ஊராட்சி ஒன்றியம் தாழையூத்து ஊராட்சி மன்றத் தலைவர் கிருஷ்ணவேணி (36) கடந்த 13.06.2011 அன்று இரவு 10 மணியளவில் சாதிவெறிக் கும்பலால் கொடூரமாக வெட்டப்பட்டு உயிர் பிழைத்த நிலையில் மருத்துவமனையில் இருந்துவருகிறார்.

தலித் சாதியில் அருந்ததியர் வகுப்பைச் சேர்ந்த கிருஷ்ண வேணி தன்னுடைய பணிக்காலத்தில் சிறப்பாகச் செயல்பட் டவர். தாழையூத்து ஊராட்சியில் சுயேட்சையாகப் போட்டி யிட்டு 700 வாக்குகள் வித்தியாசத்தில் வெற்றிபெற்ற அவர் ஊரக வேலைவாய்ப்புத் திட்டத்தை மாவட்டத்திலேயே திறம்பட நிறைவேற்றிய முதன்மையான ஊராட்சிக்கான 'சரோஜினி நாயுடு' விருதை 2009ஆம் ஆண்டு குடியரசுத் தலைவரிட மிருந்து பெற்றார். அதுமட்டுமல்லாமல் லஞ்சம் பெற்றதாகவோ வேறு வழிகளில் சம்பாதித்ததாகவோ எந்தக் குற்றச்சாட்டும் அவர்மீது இல்லை. ஆனால் கடந்த ஐந்தாண்டுகளில் அவருக்கு எதிர்ப்புகளும் மிரட்டல்களும் இருந்துள்ளன. இது போன்று இடையூறாக இருந்தவர்கள் ஊராட்சி மன்றத் துணைத் தலைவ ரும் ஊராட்சி மன்ற உறுப்பினர்களும்தாம். உள்ளாட்சி நிதியில் பொதுக் கழிப்பறை கட்டுவதில் ஊராட்சி மன்றப் பிரதிநிதி சுப்பு என்பவரோடு எழுந்த முரண்பாட்டால் அவர் கடுமையாக வெட்டப்பட்டு ஒரு காதையே இழந்துள்ளார். இத்தாக்குதலை எஸ்சி – எஸ்டி வன்கொடுமைத் தடுப்புச் சட்டப் பிரிவுகளின் கீழ் பதிவுசெய்யாமல் இந்தியத் தண்டனைச் சட்டப் பிரிவுகளில் மட்டுமே காவல் துறை பதிவுசெய்துள்ளது.

கிருஷ்ணவேணிமீது தாக்குதல் நடக்க அவர் ஒரு தலித் பெண் என்பதைத் தாண்டி வேறு எந்தக் காரணமும் இல்லை. இதுவும்கூட உள்ளூர் அதிகாரம் எனப்படும் சாதி அதிகாரம் நவீன ஜனநாயக அமைப்பில் கைமாறியதால் ஏற்பட்ட வன்

முறைதான். 1996 முதல் உள்ளாட்சி நிர்வாகம் நடைமுறைப் படுத்தப்பட்டதிலிருந்தே இதுபோன்ற பிரச்சினைகள் தமிழக மெங்கும் நடந்துவருகின்றன. நம் நிர்வாக அமைப்பின் அடித் தளக் கூறான கிராமங்கள் வரை அதிகாரத்தை ஜனநாயகப் படுத்தும் நோக்கத்தில் தலித்துகளுக்கும் பெண்களுக்கும் பிரதிநிதித்துவம் வழங்கப்பட்டபோது அவை பெரும் வன்முறை யோடு எதிர்கொள்ளப்பட்டன. மேலவளவு முருகேசன், நக்கல முத்தன்பட்டி ஜக்கையன் போன்றோர் கொல்லப்பட்டக் காரணத்தால் வெளியே தெரிந்த வன்முறைகளாகிவிட்டன. ஆனால் இதுபோன்ற கிராமப் பஞ்சாயத்துகளில் நடைபெறும் நுட்பமான வன்முறைகள் ஏராளம். பஞ்சாயத்துத் தலைவரைச் செயல்படவிடாமல் தடுத்தல், துணைத் தலைவரைக்கொண்டு நிர்வகித்தல், அலு வலகத்தைப் பயன்படுத்தத் தடைவிதித்தல் போன்று வெவ்வேறு விதமான சிக்கல்கள் உண்டு. இவை சார்ந்து சிக்கல்கள் எழும்போதெல்லாம் அதைக் காவல் துறை சட்ட ஒழுங்குப் பிரச்சினையாகவே பார்க்கிறது.

மீண்டும் உள்ளாட்சித் தேர்தல் நடைபெறவுள்ள நிலையில் கிருஷ்ணவேணி போன்றோரின் அனுபவங்கள் கணக்கில் கொள்ளப்பட வேண்டும். பிரதிநிதித்துவம் மட்டுமே அதிகாரப் பரவலாக்கத்தைக் கொண்டுவந்து விடுவதில்லை. மாறாக அப்பிரதி நிதித்துவம் இயங்கும்விதத்தையும் கண் காணித்து, அதைத் தடுக்கும் சாதி போன்ற சமூகக் காரணிகளைத் தடை செய்யும் செயல்பாடுகள் தேவை. கடந்த மூன்று ஐந்தாண்டு களில் நடந்த உள்ளாட்சி அமைப்பு சார்ந்த வகுப்புசார் வன்முறைகளை மதிப்பிட்டு அவற்றையும் உள்ளாட்சித் தேர்தல் நடைமுறைகளோடு புதிதாக இணைக்க வேண்டும். அதற்காக அரசை நோக்கி அழுத்தமான குரல் எழுப்ப வேண்டியது அவசியம். ஏனெனில் சாதி அதிகாரத்தைக் குலைப்பது எளிதான காரியமல்ல.

காலச்சுவடு, **செப்டம்பர் 2011**

சாதி: ஆழமும் விரிவும் – சில குறிப்புகள்

2007 சனவரி 2ஆம் நாள் எழுத்தாளராயிருந்து சட்டமன்ற உறுப்பினரான ரவிக்குமார் காவல் துறையால் தாக்கப்பட்டார். கூட்டத்தைக் கலைக்க காவல் துறை நடத்திய தடியடி அது என்பதால், பொதுவாகக் கூட்டத்தின் மீது தாக்குதல் நடத்தும்போது தள்ளுமுள்ளு என்ற அளவில் அடிபட்டிருக்கலாம் என்றுதான் நினைக்க முடிந்தது. ஆனால் நேரில் பார்த்த பிறகுதான் அவரின் கறுத்த உடம்பில் சிவந்து நின்ற ரத்தகட்டியும் வீக்கமும் இத்தாக்குதல் திட்டமிட்ட ஒன்றாகவே இருந்திருக்க வேண்டும் என்பதை உணர்த்தியது. தலித் சமூகத்தின் மீதான அரசு இயந்திரத்தின் தாக்குதல் புதிதல்ல என்றாலும் ரவிக்குமார்மீதான தாக்குதல் சற்று வியப்பைதான் தந்தது. ஆளுங்கட்சி கூட்டணியிலுள்ள கட்சியொன்றின் பிரதிநிதியான அவரின் எழுத்துகள் முதல்வர் உள்ளிட்ட பரவலான வாசக கவனத்தை ஈர்ப்பதாக மாறியுள்ளது. மேலும் சட்டசபை நடவடிக்கைகள் மூலம் பலரும் அறிந்தவராக இருக்கிறார். கடந்த காலங்களில் மனித உரிமை நடவடிக்கைகளில் பங்குகொண்டவர். இத்துணைக்கும் மேலாக குறிப்பிட்ட இப்பிரச்சினையில் நேரடியாக அவருக்கு பங்கெதுவும் இல்லை என்பதை அவரது வாக்குமூலம் காட்டுகிறது.

இருப்பினும் ரவிக்குமார் தாக்கப்பட்டது ஏன்? ரவிக்குமார் தலித் சமூகத்தைச் சேர்ந்தவர் என்பதும் தாக்குதலில் ஈடுபட்ட காவல் அதிகாரிகள் ஆதிக்க சாதிப்பிரிவைச் சேர்ந்தவர்கள் என்பதும்தான் காரணம் என்பது சொல்லித் தெரியவேண்டியதில்லை. தலித் சமூகத்தைச் சேர்ந்த யாரும் எவ்வளவுதான் உயர்வுப்

பெற்றாலும் அவர்களை சாதி சமூகம் 'எவ்வாறு அணுக வேண்டுமோ' அவ்வாறுதான் அணுகுகிறது. கடைபிடிக்கிற சாதி பாகுபாடுகள் ஒருபுறமிருக்க, பாகுபாடுகளைக் களைய வேண்டிய அரசு வடிவத்திற்குள் சாதிவெறுப்பு மண்டிக்கிடப்பதையும் பார்க்க வேண்டியிருக்கிறது. சாதிவெறியனின் கோபம் காவல் துறை யினரின் லத்தி வழியே மடைமாற்றம் செய்யப்படுவதை எப்படி புரிந்துகொள்வது? சாதிவெறி காரணமாக கொல்லப்பட்ட தலித் ஒருவரின் இறுதி ஊர்வலம் உணர்ச்சி மயமானதாக அமைந்திருக்க வேண்டும். அதன் பொருட்டு நடந்த கலவரம் ஒன்றின்போது காவல் துறை ஆதிக்க சாதியினரின் கோபத் திற்கு இணையான தாக்குதலை நடத்தியிருக்கின்றனர் என்றால் காவல் துறையினரின் மனப்பான்மை எத்தகையது?

1997 வன்னியர்களின் சாலைமறியல் போராட்டம் தொடங்கி தென்னாற்காடு பகுதிகளில் வீடு கொளுத்துவது புதிய வன்முறை ஆயுதமாக ஆதிக்க வகுப்பினரால் முன்னெடுக் கப்பட்டன. அது போன்ற தருணங்களில் காவல் துறை ஆதிக்க சாதியினர்மீது கோபத்தை வெளிக்காட்டியதாக எந்த உதாரணங்களும் கிடையாது. அதோடு இந்தியா/தமிழகம் முழுக்க கலவரக் காலங்களில் காவல் துறையினர் நடந்து கொண்ட முறைகளைத் தனி ஆய்வாகவே மேற்கொண்டால் காவல் துறையினரின் சாதிய மனப்பான்மை தலித் மக்களுக்கு எதிரான வெறியாட்டத்தில் முடிந்திருப்பதையே பார்க்க முடியும்.

குண்டுபபட்டி, சங்கரலிங்கபுரம், திருநெல்வேலி தாமிரபரணி ஆற்றில் 17 பேர் அடித்துக் கொல்லப்பட்ட சம்பவம் ஆகிய பல்வேறு வன்முறை சம்பவங்களிலும் காவல் துறை மிக மோசமாக நடந்து கொண்டது. அரசாங்கமும் குறிப்பிட்ட பிரச்சினைகளைக் கட்டுப்பாட்டுக்கு கொண்டுவர போராடும் குழுவிற்கு எதிரான மனப்பான்மையினரைக் கையாள்கிறது. அரசு வடிவத்தின் குறிப்பிடத்தக்க நடைமுறை இது. 1998இல் நடந்த தாமிரபரணி ஆற்று வன்முறையில் ஈடுபட்ட காவல் துறையினர் ஆதிக்க வகுப்பைச் சேர்ந்தவர்கள் என்று ஆய்வுகள் சொல்லின. தாமிரபரணி வன்முறை தொடர் பாக மாவட்ட ஆட்சியர் தன்ராஜ் மாற்றப்பட வேண்டும் என்று குரல் எழுந்தபோது "பிற்படுத்தப்பட்ட மக்கள் வருத்த மடைவர்" என்று அன்றைய முதல்வர் கருணாநிதி சொன்னது கவனத்தில் கொள்ளத்தக்கது. அரசிற்கு எதிரான கோபம் ஒன்றை இரு வகுப்பினர்களுக்கிடையேயான கோபமாகவே மாற்றிவிடும் உத்தி இது. அரசுத் துறைகளில் செயற்படும் சாதி மனப்பான்மை அரசிற்கோ அரசியல்வாதிகளுக்கோ

தெரியாத ஒன்றல்ல. உண்மையில் அத்தகு மனப்பான்மையை அரசே பயன்படுத்திக்கொள்கிறது.

எனவே காவல் துறையின் சாதி மனோபாவம் குறித்து விரிவாக ஆய்வுசெய்யப்படும்போதுதான் சனநாயகத்துக்கு எதிரான காரணிகள் அரசுத் துறைக்குள்ளே செயல்படுவதைப் புரிந்துகொள்ள முடியும். அதை மாற்றியமைப்பதற்கான செயற் பாடுகள் பற்றியும் பேச முடியும். போராடுவதற்கான தேவையை இயல்பாகவே கொண்டிருக்கும் இம்மக்கள் காவல் துறையின ரால் தொடர்ந்து மோசமாக நடத்தப்படும் நிலையில் ஒடுக்கப் பட்ட மக்கள் போராடும்போது கண்காணிப்பிற்குச் செல்லும் காவல் துறை பற்றிய கவனமும் அவசியம் தேவை. உத்திரபிர தேசத்தில் மாயாவதி முதல்வராக இருந்தபோது காவல் துறையில் கூடுதல் எண்ணிக்கையில் தலித்துகளைப் பணியில் சேர்த்தது இதன் பின்னணியில்தான்.

காவல் துறையில் தலித் மக்களை சேர்ப்பது, எண்ணிக் கையை அதிகப்படுத்துவது என்பதை அம்பேத்கரே பேசியுள்ளார். 1929ஆம் ஆண்டு இந்தியாவிற்கு வந்த – சைமன் கமிஷன் முன்பு பகிஷ்கிரிதாஹிதகாரணி சபா சார்பாகச் சமர்ப்பித்த அறிக்கை யில் அம்பேத்கர் தாழ்த்தப்பட்ட மக்களுக்கான உத்திரவாதங்கள் மாநில தன்னாட்சியின் கீழ் எவ்வாறு இருக்க வேண்டுமெனக் குறிப்பிட்டார். அதாவது தீண்டப்படாத மக்களின் கல்விக்கான நிதி, ராணுவம், கடற்படை, காவல் துறை ஆகியவற்றில் இம் மக்களைத் தாராளமாகச் சேர்ப்பது, அரசுப்பணி நியமனங் களில் முன்னுரிமை அளிப்பது, மாவட்டம் ஒவ்வொன்றிலும் இம்மக்கள் பிரச்சினைக்கெனத் தீண்டப்படாத சிறப்பு காவல் துறை அதிகாரி நியமனம், உள்ளாட்சிகளில் போதிய பிரதிநிதித் துவம் ஆகிய 5 அம்சங்களை அதில் வலியுறுத்தினார்.

இவ்வுரிமைகளை ஒரு மாநில அரசு செய்து தராவிட்டால் இந்திய அரசுக்கு அப்பீல் செய்யும் உரிமை, சட்டத்திற்கு உகந்த முறையில் மாநில அரசை இந்திய அரசு நிர்ப்பந்தப் படுத்தும் உரிமை ஆகியவை வேண்டும் என்றும் அவர் சொன்னார். எதிர்காலம் குறித்த தேர்ந்த கவனத்தோடு சிந்தித்த அவர் காவல் துறையில் செய்யப்பட வேண்டிய நீதிசார்ந்த நடவடிக்கைகள் பற்றி ஆழ்ந்த அக்கறை கொண்டிருந்தார்.

மற்றொரு சந்தர்ப்பத்தில் “ஒரு பக்கத்தில் தாழ்த்தப்பட்ட வகுப்பினருக்கும் மறுபக்கத்தில் இந்துக்களின் மேல் சாதியின ருக்கும் இடையே நடைபெறும். எந்தப் போராட்டத்திலும், காவல் துறை அதிகாரம் கொடுங்கோலான பெரும்பான்மைக் குத்தான் எப்போதும் ஆதரவாகப் பிரயோகிக்கப்படுகிறது.

இதற்கான எளிமையான காரணம் நாட்டின் மொத்தமுள்ள காவல் துறையிலோ நீதித் துறையிலோ தாழ்த்தப்பட்ட வகுப்பினருக்கு எந்த இடமும் இல்லாததுதான்" என்றார் (பக். 200. அம்பேத்கர் பேச்சும் எழுத்தும், தொகுதி. 4). 1927ஆம் ஆண்டிலேயே பம்பாய் சட்டமன்ற விவாதங்களில் தலித் சமூகத்தின் மஹர்பிரிவினரைக் காவல் துறையில் சேர்க்காததைப் பற்றி கேள்வியெழுப்பியதோடு அதே ஆண்டு தபோலியில் நடந்த தாழ்த்தப்பட்ட வகுப்பினரின் மாநாட்டில் இதுதொடர்பான தீர்மானம் ஒன்றையும் நிறைவேற்றினார். தொடர்ந்து 1938 ஏப்ரலில் பம்பாய் மாகாண சட்டப்பேரவையில் பம்பாய் நகரக் காவல் துறைச் சட்டத்தைத் திருத்துவது தொடர்பான மசோதாமீது பேசும்போது, "...நிலைமைக்கேற்ப விருப்பம்போல் நடவடிக்கை எடுப்பதற்காகத் தரப்பட்டுள்ள அதிகாரத்தைப் போலீஸ் கமிஷனர் தன்னிச்சையாகவோ தவறாகவோ பயன் படுத்தாமல் இருப்பதற்கான வழிமுறைகளை ஏற்படுத்த வேண்டும். நோக்கத்திற்கு எதிரான விதத்தில் காவல் துறையினர் பயன் படுத்த முடியாத வகையில் விளக்கத்தில் குறைபாடு, தெளிவின்மை ஆகியவை இல்லாமல் சட்டதிருத்த மசோதாவை இயற்ற வேண்டும் என்றார். இத்தளத்தில் அம்பேத்கரின் கருத்துகள் இன்றைக்கும் பொருந்தி வருகிறது என்பது சாதிய சமூகத்தின் மாறாத மனப்பான்மைக்கு உதாரணமாக இருக்கிறது.

○ ○ ○

சிவா என்ற தலித் இளைஞர் புத்தாண்டுக் கொண்டாட்டத்தை ஒட்டி ஆதிக்க வகுப்பினரால் கொல்லப்பட்டது பற்றித் தலித் மக்கள் நோக்கில் மறுவிசாரணை செய்யப்பட வேண்டும். புத்தாண்டு மட்டுமல்ல; எந்த விழாவுமே இந்துச் சமூகத்தில் இங்கு நிலவிவரும் சமூக மரபுகளைக் கடந்துவிடக் கூடியதாய் அமைவதில்லை. ஐரோப்பிய மரபில் வந்த புத்தாண்டு, நம் சமூகத்தில் புதிய வடிவத்தில் அமையவில்லை என்பதை சிவாவின் சாவு சொல்கிறது. சமூகத்தின் கூட்டுணர்வை உருவாக்கவும் புதிதாக்கவும் திருவிழாக்களும் பண்டிகைகளும் நடத்தப்படுகின்றன என்று சொல்லப்படுகிறது. ஆனால் இந்துச் சமூகத்தின் திருவிழாக்களும் தெய்வங்களும் சாதிகளுக்குள்ளே கூடி ஒழுகுதலையே ஆதாரமாகக் கொண்டிருக்கின்றன. அம்பேத்கர் இந்து மதத்தின் மீது வைத்த விமர்சனங்களுள் முக்கியமானது இது. சமயம் என்பது கூட்டுணர்வை உருவாக்கி வளர்க்கக்கூடியது என்று கருதிய அவர், இத்தகைய கூட்டுணர்வு இந்துச் சமூகத்தில் கிடையாது; சமூகங்களை நிரந்தரமாகப் பிரித்து வைப்பதே அம்மதத்தின் விதிமுறைகள் என்றும் குறிப்பிட்டார். இந்துச் சமூகத்தின் தீர்க்கப்படாத நிரந்தரமான

இப்பிரச்சினையை அப்படியே பாதுகாத்துக்கொண்டு எல்லோருக்கும் பொதுவான எந்தவொன்றையும் உருவாக்கவோ பயன்படுத்தவோ முடியாது.

இந்துச் சமூகத்தில் வருடத்தின் 12 மாதங்களும் பகுதிகள் சார்ந்தும் தேசம் சார்ந்தும் பல்வேறு பண்டிகைகளும் திருவிழாக்களும் கொண்டாடப்படுகின்றன. இவை ஒவ்வொன்றிலும் சாதிமுறை பின்பற்றப்படுகிறது. இவற்றில் தலித் மக்களின் பணிகள் என்ன? அவர்கள் நிற்க வேண்டிய இடம், பெற வேண்டிய மரியாதை இப்படி ஒவ்வொன்றும் சாதியடிப்படையில் தீர்மானிக்கப்படுகிறது. ஒவ்வொரு திருவிழாவிலும் அடிநிலைப் பணிகள், சுகாதாரமற்ற வேலைகள் தலித்துகளுக்காக ஒதுக்கப்படுகின்றன. மிஞ்சி நிற்கும் உணவை அவர்கள் தூரமாய் நின்று பெற்றுக்கொள்ள வேண்டும். தேரிழுக்க முடியாது. ஆனால் தேருக்கு முன்னால் அவர்கள் மேளம் அடிக்க வேண்டும். உள்ளபடியே பார்த்தால் இந்த மரபான விழாக்கள் மூலம் ஆண்டுதோறும் சாதிமுறை புதுப்பிக்கப்படுகிறது என்றே சொல்ல வேண்டும்.

பண்பாட்டுத் தளத்திலான இந்த அடிமைப் போக்கைத் தலித் மக்கள் தொடர்ந்து எதிர்த்து வந்துள்ளனர். 60 ஆண்டுக் காலப் பறை மேளம் ஒழிப்புப் போராட்டங்கள், 1995ஆம் ஆண்டு அய்யம்பாளையம் திருவிழாவில் பறையடிக்க மறுத்ததால் நடந்த கலவரம், தஞ்சை மாவட்டத்தில் பறையடிக்க மறுத்ததால் குருங்குளம் குருமூர்த்தியின் கட்டைவிரல் வெட்டப்பட்டமை, கண்டதேவி தேரிழுக்கும் போராட்டம் போன்றவை குறிப்பிடத்தக்கவை. பல வேளைகளில் பொதுச் சமூக நலனுக்கு உகந்ததாகக் கருதப்படும் பல காரணிகளும் நுணுகி நோக்கும் போது தலித் மக்களுக்கு எதிரானதாக அமைந்திருப்பதைப் பார்க்கலாம். தமிழ்ப் பண்பாட்டின் அடையாளமாகக் கருதப்படும் ஜல்லிக்கட்டு விழாவைத் தடைசெய்ய வேண்டியதில்லை என்று அண்மையில் நீதிமன்றம் தீர்ப்பு வழங்கியுள்ளது. இவ்வழக்கின் தீர்ப்புக்கு முன்பும் பின்பும் பாதுகாப்புக் காரணங்கள் பிரதானமாக்கப்பட்டு விவாதிக்கப்படுகின்றன. இவ்வாதங்களுக்கு அப்பால் பேசப்பட வேண்டிய அம்சங்களும் உண்டு. ஜல்லிக் கட்டில் எல்லாச் சமூகத்தவரின் மாடுகளும் கலந்து கொள்ள முடியாது. சமூக மரியாதை தொடர்புடையதாக இருப்பதால் ஜல்லிக்கட்டில் மாடு விடுதல், முதல் மரியாதை அளித்தல் போன்றவையும் சாதிசார்ந்து அமைகின்றன. மாட்டை அழைத்துச் செல்லத் தொடங்குவது முதல் தொடர்ந்து வெறியூட்டி விரட்டுவதுவரை பறை மேளம் அடிக்க வேண்டும். அம்மேளம் அடிப்பவர் அவ்வூரின் தலித் சமூகத்தவராக

இருப்பார். அவருக்குக் கூலியும் கிடையாது. அது சாமி கைங்கரியமாகிவிடும். ஜல்லிக்கட்டு விடப்படும் ஒவ்வொரு கிராமத்திலும் இந்நடைமுறை உயிரோடு இருக்கிறது. இதற்கு எதிராக நீதிமன்றத்தில் வழக்குத் தொடரப்பட்டது. ஆனால் அவ்வழக்கு என்னவானது என்று தெரியவில்லை. எட்டு நாள், பத்து நாள் என்று நீளும் கிராமத் திருவிழாக்களில் சாதிசார்ந்த 'சேவைகளை' தலித் மக்கள்மீது திணித்துச் செயல் படுத்திவருகிறது இந்துச் சமூகம். பொது நலனுக்கு உகந்த நடவடிக்கைகளிலும் இது போன்ற கேள்விகளை எழுப்புவது பலருக்கு எரிச்சலானதாக இருக்கலாம். சாதி மனோபாவத் திற்கு எதிரான சிறு முழக்கங்களும் இச்சமூகத்தைக் கலவரப் படுத்துவது வியப்பில்லை. உண்மையில் மேலும் கீழுமாக அமையப்பெற்றுள்ள சமூகத்தில் ஒரு சமூகக் குழுவின் நலன் மற்றொரு சமூகக் குழுவின் நலனைப் பறித்துத்தான் உருவாக்கப் படும் என்பது மாறாத விதி.

(இக்கட்டுரையின் பிற்பாதி *காலச்சுவடு* ஜூன் 2007 இதழில் வெளியானது)

சுண்டூர் தீர்ப்பு: சட்டத்தைச் சாத்தியமாக்கிய போராட்டம்

ஏதாவது பிரச்சினை நடந்து பெரும் சேதம் ஏற்பட்ட பிறகுதான் அப்படியொரு குறைபாடு இருப் பதையே அரசு உணர்ந்துகொள்ளும். உடனடியாக அப் பிரச்சினைக்கு முடிவாக தடைச்சட்டம் ஒன்றை இயற்றி விடுவதோடு தன் பொறுப்பை முடித்துக்கொள்ள விரும்பு கிறது.

குறைபாடுகளை அரசு உணர்ந்துகொள்வதற்காக மக்கள் உயிர்கள் முதல் உடமைகள்வரை ஒவ்வொரு முறையும் ‘தியாகம்’ செய்ய வேண்டியிருக்கிறது. பள்ளி களின் கூரை மாற்றம் ராகிங் தடுப்புச் சட்டம் போன்ற சட்டங்கள் எல்லாம் இவ்வாறான ‘தியாகங்களுக்கு’ பின்புதான் உருவாயின. அதே வேளையில் சட்டங்கள் இயற்றப்பட்டுவிடுவதாலேயே குறிப்பிட்ட பிரச்சினைகள் முடிவுக்கு வந்துவிட்டதாக அரசு கணக்கும் காட்டிக் கொள்ளும். ஆனால் பிரச்சினைகள் தங்களின் இயங்கு தளத்தைச் சட்டப்படியும் சட்டத்திற்கு வெளியேயும் எப்படி தகவமைத்துக்கொள்ளவேண்டும் என்னும் விதியைப் புதிதாகக் கண்டறிந்துகொள்கிறது. குறைபா டுடைய சட்டத்தை இயற்றுவது, இயற்றிய பிறகு நடை முறைப்படுத்தாமல் இருப்பது, சட்டப்பிரிவுகளைத் தவறாகப் பயன்படுத்துவது, சட்டப்பிரிவால் பயனடையக் கூடிய மக்கள் பிரிவினருக்கு அதை அறிமுகப்படுத்தா மல் இருப்பது போன்ற பிரச்சினைகள் நம் சூழலில் உண்டு. மத உணர்வுகளும் சாதி உணர்வுகளும் அரசியல் வடிவமாகச் செயற்படும் இங்குச் சட்டப்பிரிவுகளை உருவாக்குவதைக்காட்டிலும் அதை நடைமுறைப்படுத்து வதே பெரும் சவாலானது. பாகுபாடுகளைக் கடைப்

பிடிப்பவர்களே அரசியலில் கோலோச்சி வருவதால், பாகுபாடுகளை அகற்றும் பொறுப்பைச் சட்டப்பிரிவுகளுக்கு அளித்த அம்பேத்கர்கூட சட்டத்தின் உண்மையான ஆற்றல் அதை நடைமுறைப்படுத்துவதில்தான் தங்கியிருப்பதாகக் கருதினார்.

இந்தியாவில் மத்திய அரசும், மாநில அரசும் தொடர்ந்து சட்டங்களையும் மசோதாக்களையும் இயற்றிக்கொண்டே இருக்கின்றன. புதிய திட்டங்களுக்காகக் கொணரப்படும் சட்டப்பிரிவுகளைத் தவிர்த்து இந்தியா போன்ற பழைய நாட்டில் நிலவிவரும் பாகுபாடுகளை ஒழிக்க கொணரப்பட்ட சட்டங்களால் ஏற்பட்ட விளைவுகள் மிகவும் குறைவே. அந்தக் குறைந்த அளவு விளைவுகளை உருவாக்கவும் மக்களின் போராட்டம் வேண்டியிருக்கிறது. அதாவது சட்டம் இருப்ப தாலேயே பாகுபாடு ஒழிவதில்லை. அச்சட்டத்தை நடைமுறைப் படுத்துவதற்கும் கடுமையாகப் போராட வேண்டியிருக்கிறது.

2007 ஜூலை மாதம் 31ஆம் தேதி ஆந்திர மாநிலத்தில் சிறப்பு நீதிமன்றம் சுண்டூர் படுகொலைகள் குறித்த தீர்ப்பை வழங்கியது. 1991ஆம் ஆண்டு ஆகஸ்ட் 6ஆம் தேதி ஆந்திர மாநிலம் விஜயவாடாவிலிருந்து இரண்டு மணி நேரப் பயணத் தொலைவிலுள்ள சுண்டூர் என்னும் கிராமத்தில் தலித் இளைஞர் கள் ரெட்டி எனும் சாதி இந்து சாதியினரால் கொலைசெய்யப் பட்டனர். துண்டுதுண்டுகளாக வெட்டப்பட்ட உடல்கள் கோணிப்பைகளில் கட்டப்பட்டு துக்கபத்திரா கால்வாயில் வீசப்பட்டன. இப்படுகொலையில் ஈடுபட்டோர் என 21 பேருக்கு ஆயுள் தண்டனையும் சிலருக்கு ஓர் ஆண்டுச் சிறைத் தண்டனையும் சிலரை விடுவித்தும் தீர்ப்பளித்துள்ளது சிறப்பு நீதிமன்றம். நம்முடைய தேசத்தில் தலித்துகள் இப்படி கூட்ட மாகக் கொல்லப்படுவதும் தாக்கப்படுவதும் 'இயல்பான' சம்பவங்களே. தண்டனை பெற்றவர்கள் மேல்முறையீடு போன்ற 'பல'வற்றை செய்து தண்டனையிலிருந்து விலக்குப் பெறுவதும் இங்குப் புதிதல்ல.

இடஒதுக்கீடு போன்ற காரணங்களால் கல்வியிலும் வேலை வாய்ப்பிலும் ஈடுபட்ட இந்த சுண்டூர் கிராம தலித் மக்களில் பெரும்பாலானோர் ரெயில்வே துறையில் பணியாற்றியவர்கள். அதனால் பொருளாதார அளவில் மேம்பாடு கண்டவர்களாக இருந்தனர். சாதி இந்துக்களைவிட அதிகம் படித்த தலித் மக்கள் மறக்காமல் ஊருக்கு நடுவே அம்பேத்கருக்குச் சிலையும் நிறுவியிருந்தனர். கல்வியும் அரசுப்பணியும் தந்த சுயமரியாதை மிகுந்த வாழ்வு சாதி இந்துக்களை எத்துணை தொந்தரவுக்கு உள்ளாக்கியிருக்கும் என்பது எழுதித் தெரியவேண்டியதில்லை.

தெளிவு பெற்றவர்களிடம் நேரடியாக அடிமைத்தனத்தைப் பயன்படுத்த முடியாது. அதனால் சாதி உணர்வு வேறு வடிவம் எடுத்தது. சாதி இந்துப் பெண்ணை தலித் இளைஞர் ஒருவர் கேலி செய்தார் என்ற காரணத்தில் ஆரம்பித்த தாக்குதல் எட்டு தலித் இளைஞர்களின் கொலையோடு முடிந்தது. இங்குத் தலித் மக்கள்மீது ஒடுக்குமுறையைத் தொடுக்க சிறு காரணம் கூட போதுமானது. ஆனால் ஆதிக்கப்பிரிவினரின் பெரும் வன்முறைகூடத் தலித் மக்களின் சிறு மறுப்பிற்கும் உட்படக் கூடாது என்பது சாதி உளவியல்.

அம்பேத்கரின் நூற்றாண்டு விழா நாடெங்கும் முன்னெடுக்கப்பட்ட காலகட்டத்தில் நடந்த இக்கொடூரம் தலித் மக்கள் மத்தியில் பெரும் கொந்தளிப்பை உருவாக்கியது. அப்போதுதான் நாடெங்குமுள்ள தலித் சமூக நாடாளுமன்ற உறுப்பினர்கள் ஒன்றுகூடி குடியரசுத் தலைவரைச் சந்திக்க முற்பட்டார்கள். ஆந்திராவில் தலித் அமைப்புகள் உருவாகவும் போராடவும் இச்சூழல் வழியமைத்தது. 1989ஆம் ஆண்டு உருவாக்கப்பட்ட தீண்டாமை வன்கொடுமை தடுப்புச் சட்டத்தின்கீழ் பதிவு செய்யப்பட்ட முதல் வழக்கும் இதுதான். இச்சட்டத்தின் கீழ் இப்பிரச்சினையைப் பதிவு செய்வதற்காகவே ஆர்ப்பாட்டங்கள், போராட்டங்கள் நடந்தன. அதற்காக நடந்த ஆர்ப்பாட்டத்தில் அனில்குமார் என்ற இளைஞர் காவல் துறையால் சுட்டுக் கொல்லப்பட்டார். ஆதரவாகச் செயற்பட்ட போஜம்தரகம் என்ற மனித உரிமைச் செயற்பாட்டாளர் சிறையில் அடைக்கப்பட்டார். முதல் வழக்காகப் பதிவு செய்யப் பட்ட இப்பிரச்சினையில் 15 ஆண்டுகளுக்குப் பிறகு தீர்ப்பு வெளியாகியுள்ளது. இந்த 15 ஆண்டுக் காலம் விசாரணை நடந்த காலக்கட்டம் மட்டுமல்ல, பெரும் போராட்டத்தின் காலமும்கூட. இப்போராட்டங்கள் இல்லையெனில் ஆண்டுக் காண்டு சொல்லப்படும் வெறும் நினைவாக இச்சம்பவம் மாறிவிட்டிருக்கக்கூடும். உண்மையில் இவ்வழக்கை இல்லாமல் செய்துவிட பெரும் முயற்சிகள் எடுக்கப்பட்டன. ஆந்திராவின் சமூக மற்றும் அரசியலதிகாரத்தில் ஆதிக்கம் செலுத்தும் ரெட்டிசாதியின் ஓட்டு வங்கியை நம்பும் அரசியல் கட்சிகள் முதல் அரசு வரை இம்முயற்சியில் ஈடுபட்டன. சாட்சிகளைக் கலைத்தல் வாபஸ் வாங்க வைத்தல் மற்றும் அச்சுறுத்தல் என யாவும் நடந்தன. இதற்கு நேர் மாறாக வழக்கை நியாய மாக நடத்தக்கோரிய தலித் மக்களின் போராட்டங்களும் மேலுயர்ந்தன. 1989 தீண்டாமை வன்கொடுமைக் தடுப்புச்சட்ட விதியின்படி சம்பவம் நடந்த ஊரிலேயே வழக்கு விசாரணை நடத்துதல் பாதிக்கப்பட்ட குடும்பத்தினருக்கு இழப்பீடு வழங்கு தல் போன்ற கோரிக்கைகள் வைக்கப்பட்டன. ஒரு பெண்ணையும்

உள்ளடக்கிய நான்கு இளைஞர்களால் இதற்கான தொடர் நீதிப்போராட்டம் தொடங்கியது. கத்திபத்மராவ் நடத்திய ஆந்திரப்பிரதேச தலித் மகாசபையும் இக்கோரிக்கைகளை முன்வைத்தது. முழுக்க முழுக்க தலித்துகளால் நடத்தப்பட்ட இப்போராட்டங்களுக்குப் பிறகே பிற கட்சிகளும் இப்பிரச் சினையைப் பேசினர். இத்தகைய பின்னணியில்தான் பாதிக்கப் பட்ட குடும்பத்தினருக்கு வீடு, இரண்டு ஏக்கர் நிலம், கறவை மாடு ஆகியவற்றை வழங்கிய அரசு நவோதயா பள்ளியையும் கொடுத்தது. தொடச்சியான போராட்டங்களுக்குத் தலித் மக்கள் மற்றும் தேசமெங்குமிருந்த தலித் அமைப்புகள் ஆகிய வற்றின் ஆதரவும் இத்தீர்ப்பை எழுதக் காரணமாகின.

நாடு முழுக்க இவ்வாறான இழப்புகளைத் தலித் மக்கள் சந்தித்துக்கொண்டே இருக்கின்றனர். தமிழகத்திலும் இப்படி யாகக் கூறுவதற்கு ஏராளமான இழப்புகள் உண்டு. ஆனால் ஆதிக்க சாதியினருக்கு எதிரான தொடர் போராட்டம் ஏதும் தமிழகத்தில் நடந்ததில்லை. சில வேளைகளில் சட்டம் பாதிக்கப் பட்ட தலித் மக்களுக்கு சாதகமானதாக அமையாமலும் போயிருக்கின்றன. ஆனால் அது போன்ற தீர்ப்புகளைத் தொடர்ந்து மேல் முறையீடு மற்றும் அவை தொடர்பான போராட்டங்களை நடத்தியதாக இடதுசாரி இயக்கங்களையோ தலித் இயக்கங்களையோ கூறமுடியவில்லை. இந்நிலையில் சுண்டூரில் தண்டனைபெற்ற ஆதிக்க சாதியினர் தண்டனையை எதிர்த்து மேல் முறையீடு செய்யவிருப்பதைப் போலவே, அதற்கு எதிரான போராட்டத்தை முன்னெடுக்கவும் தலித் இயக்கங்கள் தயாராய் இருப்பதாகச் சொல்லியிருப்பது குறிப் பிடத்தக்கது.

பாதிக்கப்பட்டதோடு போராடவும் வேண்டுமென்பது ஒடுக்கப்பட்டவனின் கதி. சட்டமான பின்னாலும் முறையாகப் பயன்படுத்தப்படாத சட்டம் தீண்டாமை வன்கொடுமை தடுப்புச் சட்டம்தான். இப்படியொரு சட்டத்தை இயற்றிவிட்டு நடை முறைப்படுத்தாமல் ‘அப்படியொரு சட்டம் எங்களிடம் இருக்கிறது’ என்று சொல்லிக்கொள்வது இம்மக்கள்மீதான குறியீட்டு வன்முறை என்றுதான் சொல்ல வேண்டும். அச்சட்டம் நடைமுறைக்கு வர வழக்குப் பதிவும் பரிவுணர்வும் மட்டும் போதாது. போராட்டமும் தேவை என்பதையே சுண்டூர் தீர்ப்பு சொல்கிறது.

***புதிய காற்று*, நவம்பர் 2007**

சாதி வன்முறையின் விரிந்த பரப்பு:
கிராமக் கோயில்கள்

2009 மே 30ஆம்தேதி நெல்லை மாவட்டம் அம்பா சமுத்திரம் அருகிலுள்ள கீழ ஆம்பூர் கிராமத்தில் சுடலை (45), முத்துக்குமார் (27), கணேசன்(18) ஆகிய தலித்துகள் ஆதிக்கச் சாதியினரால் படுகொலை செய்யப்பட்டனர்.

ஏப்ரல் மாதம் 13ஆம்தேதி ஆழ்வார்குறிச்சியிலுள்ள பரமகல்யாணி சிவசைவநாதர் கோயில் திருவிழா நடந்தது. திருவிழாவிற்குச் சென்ற தலித் இளைஞர்களில் சிலர் தங்கள் குழுவிலிருந்த இளைஞர் ஒருவரைப் பெயர் சொல்லி அழைத்தனர். அதே பெயரைக் கொண்ட சாதி இந்து இளைஞர் ஒருவர் அவர்கள் தன்னையே அவ்வாறு பெயர்சொல்லி அழைப்பதாகக் கருதி ஆத்திர மடைந்து தன் சாதியைச் சேர்ந்தவர்களைத் திரட்டிக் கொண்டு போய் தலித் இளைஞர்களோடு மோதலில் ஈடுபட்டார். அதன் தொடர்ச்சியாக ஆயுதங்களோடு தலித் குடியிருப்புகளுக்குள் நுழைந்து தாக்குதலில் இறங்கினர். தலித் இளைஞர்களும் எதிர்த்தாக்குதலில் ஈடுபட்டனர். இது தொடர்பாகச் சாதி இந்து தரப்பின ரில் ஒன்பது பேரையும் தலித் தரப்பினரில் ஆறு பேரை யும் கைதுசெய்தது காவல் துறை. கீழ ஆம்பூர் தலித் நாட்டாமையான சுடலை என்பவர் தலித்துகளுக்குச் சட்டரீதியான உதவிகளைச் செய்தார். பிறகு இரண்டு தரப்பினரும் பிணையில் விடுவிக்கப்பட்டனர்.

30.05.2009 அன்று மாலை தன் நிலத்திலிருந்து வீடு திரும்பிக்கொண்டிருந்தார் சுடலை. அவரோடு கணேசன் என்பவரும் இருந்தார். பத்துப்பேர் கொண்ட ஆதிக்கச் சாதியினர் சுடலையை மறித்து “நீதான் கீழ்ச்சாதி

நாய்களின் தலைவனா? நீ கொடுக்கிற தைரியத்தில்தான் வழக்கு நடந்து வருகிறதா?" எனக் கேட்டுக் கொடூரமான முறையில் கத்தியால் குத்தி அவரைக் கொன்றனர். சுடலையைத் தவிர அவருடனிருந்த கணேசன், பின்னால் டிராக்டரில் வந்துகொண்டிருந்த முத்துக்குமார் ஆகிய மற்ற இரு தலித்துகளும் கொடூரமாகக் குத்திக் கொல்லப்பட்டனர். கீழ ஆம்பூரில் இதற்கு முன்பும் தலித்துகள்மீது தாக்குதல்கள் நடத்தப்பட்டுள்ளன. 2003 செப்டம்பரிலும் 2009 பிப்ரவரியிலும் தலித்துகள் மீது தாக்குதல் தொடுக்கப்பட்டுள்ளது. தலித்துகள் மீதான தாக்குதல் வழக்குகளைக் கையாள்வதில் காவல் துறை தொடர்ந்து அலட்சியமாக இருந்து வந்திருக்கிறது என்றுதான் சொல்ல வேண்டும். மேற்கண்ட தாக்குதல் வழக்குகளையும் சாதாரண பிரிவுகளின் கீழ் பதிவுசெய்தது காவல் துறை. SC/ST வன்கொடுமைத் தடுப்புச் சட்டத்தின் கீழ் வழக்குப் பதிவுசெய்து கடும் நடவடிக்கை எடுக்கத் தவறியதால் இது போன்ற படுகொலைகளைத் துணிச்சலாக மேற்கொண்டு வருகின்றனர் ஆதிக்கச் சாதியினர்.

கீழ ஆம்பூர் படுகொலைகள் கோயில் திருவிழாவை ஒட்டி நடந்துள்ளன என்பது இங்கே கவனத்திற்குரியது. திருவிழாக் களில் தலித்துகள் வழிபாட்டு உரிமை கோருவதே இத்தாக்குதல் களுக்கு அடிப்படைக் காரணம். காலங்காலமாக மறுக்கப்பட்டு வரும் பண்பாட்டு வெளியில் தலித்துகள் தமக்கான உரிமை களைக் கோரும்பொழுது அவர்கள்மீது ஆதிக்கச் சாதியினர் கொலைவெறித் தாக்குதல்களைத் தொடுப்பது என்பது அண்மைக் காலத்தில் அதிகரித்து வரும் நிகழ்வுகளாயிருக்கின்றன. தமிழகத் தில் தைமாதம் தொடங்கி வைகாசி மாதம் வரையிலும் பல்வேறு கோயில்களில் திருவிழாக்கள் நடக்கின்றன. திரு விழாக்களையும் வழிபாட்டு உரிமைகளையும் தீர்மானிப்பதில் சாதிய மேலாதிக்கமே முதன்மையான பங்குவகிக்கிறது. சாதிய மேலாதிக்கத்தைப் பாதுகாக்கவும் தக்கவைத்துக் கொள்ளவும் ஏற்ற வகையிலேயே சடங்குகளும் நிலைநிறுத்தப்பட்டுள்ளன. அவற்றைக் கேள்விக்குட்படுத்தாமல் ஏற்றுக்கொள்ளும் தருணங் களில் திருவிழாக்கள் 'அமைதியாக' நடந்து முடிகின்றன. கேள்விக்குட்படுத்தி எதிர்க்கும்பொழுதும் தலித்துகள் தமக்கான பண்பாட்டு உரிமைகளைக் கோரும்பொழுதும் சாதிய மோதல் கள் வெடிக்கின்றன.

கடந்த மாசி மாதத்தில் மட்டும் மதுரை வட்டாரத்தில் கோயில் வழிபாடு, திருவிழா போன்றவற்றில் உரிமை கோரியது தொடர்பாக தலித்துகள்மீது ஆறு ஊர்களில் தாக்குதல் நடத்தப் பட்டுள்ளதாக ஆங்கிலத் தினசரிகளில் செய்திகள் வெளியாயின.

இதன் தொடர்ச்சியாக நடந்துள்ள வன்முறைகள் சிலவற்றை இங்கே பார்க்கலாம்.

வன்முறை : 1

விருதுநகர் மாவட்டம் ராஜபாளையம் அருகிலுள்ள முத்தாநதி என்னும் கிராமத்தில் 07.12.2008 அன்று வேலுச்சாமி என்கிற தலித் படுகொலை செய்யப்பட்டார்.

வன்முறை : 2

மதுரை மாவட்டம் உசிலம்பட்டி அருகே உள்ள உத்தபுரத் தில் 1989 முதலே கோயில் தொடர்பாக எழுந்த பிரச்சினையை ஒட்டிக் கட்டப்பட்ட தீண்டாமைச் சுவருக்கு எதிராக நடத்தப் பட்ட கிளர்ச்சியின்போது இ. கோட்டைப்பட்டியில் சுரேஷ் என்ற தலித் இளைஞர் 04.11.2008 அன்று காவல் துறையினரின் துப்பாக்கிச் சூட்டுக்குப் பலியானார்.

வன்முறை : 3

கோவை அருகே மேட்டுப் பாளையம் – காரமடை ஸ்ரீரங்க நாதர் கோயில் திருவிழாவின்போது வழங்கப்பட்ட அன்ன தானத்தில் ஆதிக்கச் சாதியினரோடு சமமாக அமர்ந்து சாப் பிட்ட ஆறு தலித் இளைஞர்கள் தாக்கப்பட்டனர். தாக்குதலில் படுகாயமடைந்த தண்டபாணி (20) என்னும் தலித் இளைஞர் *04.03.2007* அன்று மரணமடைந்தார்.

வன்முறை : 4

தஞ்சை மாவட்டம் ஒரத்தநாடு அருகே உள்ள பேய்க் கருப்பன் கோட்டை மேளாயி அம்மன் கோயில் விழாவில் *16.01.2008* அன்று மாட்டுவண்டிப் பந்தயம். பந்தயத்தில் முத்துராமன் *(21)* என்பவரின் மாடு வெற்றிபெற்றதைத் தொடர்ந்து ஏற்பட்ட மோதலில் எட்டு தலித்துகள் படுகாயம் அடைந்தனர்.

வன்முறை : 5

திண்டுக்கல் மாவட்டம் நிலக்கோட்டை அருகிலுள்ள விளாம்பட்டி கிராமத்தில் *09.04.2009* அன்று நடந்த முத்தாலம்மன் கோயில் திருவிழாவில் தலித்துகளுக்குத் தீச்சட்டி எடுக்கும் உரிமை மறுக்கப்பட்டது. கோயில் பணியைக் கவனிக்கும் நான்கு சமூகத்தவருள் ஒரு சமூகத்தவரான தலித்துகள் அந்த வருடம் முதன் முறையாகத் தீச்சட்டி எடுத்தனர் என்பது குறிப்பிடத்தக்கது. இதில் நடந்த மோதலில் இருதரப்பினருக்குமே காயம் ஏற்பட்டது என்றாலும் அதிக அளவில், பத்துக்கும் மேற்பட்ட தலித்துகளுக்குப் பலத்த காயம் ஏற்பட்டது.

வன்முறை : 6

திருநெல்வேலி மாவட்டம் சங்கரன்கோவில் அருகிலுள்ள செந்தட்டி கிராமத்திலுள்ள முப்பிடாதி அம்மன் கோயிலுக்குள் நுழைய முற்பட்டதைத் தொடர்ந்து 06.03.2009 அன்று ஈஸ்வரன் (53), பரமசிவம் (25) ஆகிய இரு தலித்துகள் கொல்லப்பட்டனர்.

வன்முறை : 7

மதுரை மாவட்டம் திருமங்கலம் அருகே சொக்கநாதன் பட்டி கிராமத்திலுள்ள முத்தாலம்மன் கோயில் திருவிழாவின் போது நடக்கிற கல்லெறி நிகழ்வை ஒட்டி நடந்த மோதலில் 09.04.2009 அன்று தலித் குடியிருப்புக்குள் புகுந்த ஆதிக்கச் சாதியினர் குடியிருப்பைத் தாக்கிக் கடுமையான சேதத்தை ஏற்படுத்தியதோடு தலித்துகள் நான்கு பேரை வெட்டிப் படு காயப்படுத்தினர்.

வன்முறை : 8

மதுரை மாவட்டம் உசிலம்பட்டி அருகிலுள்ள பூதிபுரம் கிராமத்தின் சந்தன மாரியம்மன் கோயில் திருவிழாக் கலை விழாவில் தலித்துகளை இழிவுசெய்யும் பாடலை ஒலிபரப்பி யதை எதிர்த்த வாய்க்கால் துரை (19) என்ற தலித் இளைஞரை நிர்வாணப்படுத்திக் கடுமையாகத் தாக்கிச் சித்திரவதைக்குள் ளாக்கினர் ஆதிக்கச் சாதியினர்.

வன்முறை : 9

மதுரை மாவட்டம் மேலூர் அருகிலுள்ள கொட்டக்குடி கிராமத்தில் காளியம்மன் கோயில் அருகே விடுதலைச் சிறுத்தை கள் கட்சிக் கொடியை ஏற்றிய தலித்துகள்மீது 25.05.2009 அன்று ஆதிக்கச் சாதியினரால் தாக்குதல் தொடுக்கப்பட்டது. இதில் ஒன்பது தலித்துகள் படுகாயமடைந்தனர். பாண்டி மீனா, மலர் ஆகிய தலித் பெண்கள் அவமானப்படுத்தப்பட்ட னர். பாதிப்புக்குள்ளானவர்களில் அபிமன்யு என்னும் ஏழு வயது தலித் சிறுவனும் அடக்கம்.

வன்முறை : 10

தஞ்சை மாவட்டம் பட்டுக்கோட்டைக்கு அருகிலுள்ள செம்பாளூர் கிராமத்தில் 2009 மே மாதத்தில் நடந்த கல்யாண சுந்தரியம்மன் கோயில் திழவிழாவில் தேர்வடத்தைத் தொட்ட 'குற்றத்'துக்காகத் தலித்துகள் தாக்கப்பட்டனர். (நன்றி: மதுரை எவிடன்ஸ் நிறுவனத்தின் ஆய்வறிக்கை.)

எண்ணிக்கையின் 'வசதி' கருதி பத்தோடு இதை நிறுத்திக் கொள்வோம். மனித உயிர்களின் மதிப்பு உயிரிழப்புகளின் எண்ணிக்கையாவும் நிவாரணத் தொகையின் அளவுகளாவும்

சாதியம்: கைகூடாத நீதி

சுருக்கப்பட்டுவிட்ட நம் காலத்தில் கதியற்று நிறுத்தப்பட்டு விட்டன தலித் கொலைகள். வேறுவிதமான வன்முறைகளைத் தவிர்த்துக் கோயில் வன்முறைகள் மட்டுமே இங்கே காட்டப் பட்டுள்ளன. இவற்றின் மீது எடுக்கப்பட்ட சட்டரீதியிலான நடவடிக்கைகளைக் கணக்கிட்டால் நமக்குக் கிடைப்பது ஏமாற்றமே. பலவற்றில் நடவடிக்கையே இருப்பதில்லை. தவிர பெயரளவில் கைதுசெய்தல், வழக்குகளை உரிய பிரிவு களில் பதிவுசெய்யாமல் குற்றவாளிக்குச் சாதகமாகச் சாதாரணப் பிரிவுகளில் பதிவு செய்தல், பாதிக்கப்பட்டவர்களுக்கு நிவாரணம் வழங்குவதில் மெத்தனம் போன்ற அரசு நிர்வாகம், காவல் துறை ஆகியவற்றின் கண்ணுக்குப் புலனாகாத தாக்குதல்கள் தனியாகப் பட்டியலிடப்பட வேண்டியவை.

கோயில் என்னும் வெளி சார்ந்த தலித்துகளின் போராட் டங்கள் நெடுங்காலத்தவை. தொடர் போராட்டங்களால் சில வெற்றிகளையும் பல சமயங்களில் தோல்விகளையும் கண்டுள்ளனர். பெரும்பாலான சாதி மோதல்கள் கோயில் தொடர்பாகவே இருந்துள்ளன. கோயிலைச் சார்ந்து ஏற்படும் போராட்டம் பிற உரிமைகளைக் கோரியும் நீண்டுள்ளன. கண்டதேவி, உத்தபுரம், கந்தம்பட்டி, பாப்பாபட்டி போன்றவை நாமறிந்த சமகாலத்திய போராட்டங்கள். பொதுவாகவே தலித்துகள்மீதான வன்முறைகள் அதிகரித்துள்ள தற்போதைய சூழலில் மதுரை, திருநெல்வேலி, விருதுநகர், சிவகங்கை, திண்டுக்கல் ஆகிய ஐந்து மாவட்டங்களின் 85 ஊராட்சிகளைச் சார்ந்துள்ள கோயில்களில் கள ஆய்வு ஒன்றை நடத்தியுள்ள எவிடன்ஸ் என்னும் அரசுசாரா நிறுவனம் கோயில்களில் தலித்துகளுக்கு மறுக்கப்பட்டு வரும் உரிமைகள் குறித்து புள்ளி விவரம் ஒன்றை வெளியிட்டுள்ளது. 85 ஊராட்சிகளில் உள்ள 69 கோயில்களில் தலித்துகள் நுழைய அனுமதி மறுக்கப்பட் டுள்ளது. 72 கோயில்களின் சன்னிதானமும் 56 கோயில்களில் அர்ச்சனையும் மறுக்கப்படுகின்றன. 54 கோயில்களின் தேர்கள் தலித் பகுதிகளில் வலம் வருவது தடைசெய்யப்பட்டுள்ளது. 52 கோயில்களில் பரிவட்டம் மறுக்கப்பட்டுள்ளது. 33 கோயில் களில் தலித்துகள் வடம் தொடத் தடைவிதிக்கப்பட்டுள்ளது. 64 கோயில்களில் தலித்துகள் கலைநிகழ்ச்சிகளில் பங்கேற்பது தடைசெய்யப்பட்டுள்ளது. பால்குடம் எடுப்பது, தீச்சட்டி ஏந்துவது போன்ற சடங்குகளின்போது 60 கோயில்களில் பாகுபாடு காட்டப்படுகிறது. பாதிரியார்கள், பூசாரிகளால் பாகுபாடு காட்டப்படும் கோயில்கள் 65 என்கிறது அப்புள்ளி விவரம். அறிவியல் பூர்வமான துல்லியத்தையும் கடந்தது சாதியின் நுட்பம் என்னும் வகையில் மேற்கண்ட எண்ணிக்கை யையும் தாண்டியதாகவே யதார்த்தம் இருக்கும்.

2

வைதிகப் பண்புகளற்ற சிறுதெய்வக் கோயில்களை மையப் படுத்திக் கிராமத்தின் ஆதிக்கச் சாதியினரால் ஏவப்பட்டுவரும் இத்தகைய வன்முறைகளுக்குப் பின்னால் உள்ள பண்பாட்டு அரசியல் குறித்துப் பரிசீலிக்க வேண்டும். இந்த அனுபவம் தலித் இயக்கங்களின் புரிதலில், செயல்திட்டத்தில் ஏதேனும் மாற்றங்களைக் கோருகிறதா?

நவீனக் கல்வியும் நகர்ப்புறப் பொருளாதாரமும் தலித்து களின் வாழ்வில் ஏற்படுத்தியுள்ள மாற்றங்களும் அரசியல் பண்பாட்டுத் தளத்தில் தலித் சமூகம் அடைந்துள்ள விழிப் புணர்வும் அவர்களுடைய தொடர் போராட்டங்களும் ஆதிக்கச் சாதியினருக்குப் பதற்றத்தை உருவாக்கியுள்ளன. இந்தப் பதற்றமே பெருகிவரும் வன்முறைகளுக்குக் காரணம். கிராமப்புறச் சமூகத் தில் மேலாதிக்கம் பெற்றுள்ள ஆதிக்கச் சாதியினர் அரசியல் ரீதியிலும் நிறுவிக்கொண்டுள்ள மேலாதிக்கத்தின் மூலம் தலித்துகள் மீதான தொடர் வன்முறைகளைச் சட்டப் பாதுகாப் புடன் மேற்கொண்டு வருகின்றனர் ஏற்கனவே விளிம்புநிலைக் குத் தள்ளப்பட்டுள்ள தலித்துகளைப் பண்பாட்டுரீதியில் தனிமைப் படுத்துவதன் மூலமும் தமது மேலாதிக்கத்தைத் தக்கவைத்துக்கொள்ள முயல்கின்றனர். தமது பண்பாட்டு உரிமைக்காகப் போராடும் தலித்துகளைதொடர் வன்முறை களின் மூலம் அச்சுறுத்தித் தமது சாதிய மேலாதிக்கத்தை ஏற்றுக்கொள்ள நிர்ப்பந்திக்கின்றனர். சென்ற நூற்றாண்டின் தொடக்கத்தில் சுயமரியாதை இயக்கங்களால் முன்னெடுக்கப் பட்ட பெருந்தெய்வ வைதீகக் கோயில் நுழைவுப் போராட்ட வரலாற்றின் மேல் தம் அரசியல் மேலாண்மையை நிறுவிக் கொண்டிருக்கிற பிராமணரல்லாத சூத்திர சாதி அரசியல் சக்திகள் கிராமப்புற கோயில்களில் தலித்துகளுக்கு மறுக்கப் படும் உரிமைகள் குறித்தும் தலித்துகளுக்கு எதிரான வன் முறைகள் குறித்தும் மௌனம் காத்துவருகின்றனர்.

தமிழ் நாளேடுகள் உள்ளிட்ட ஊடகங்கள் தலித்துகள் மீதான வன்முறைகள் குறித்த செய்திகளை வெளியிடுவதில்லை. தவிர்க்க முடியாமல் வெளியிடும்போது அவற்றின் சாதியப் பின்புலத்தை மறைத்தும் திரித்தும் வெளியிடுகின்றன. கடந்த காலங்களில் பிராமண மேலாதிக்கத்திற்கெதிராகப் போராடிய சுயமரியாதை இயக்கங்கள் தலித்துகளின் மீதான சாதி இந்துக் களின் வன்முறைக்கெதிராக எந்தப் போராட்டத்தையும் முன்னெடுக்கவில்லை. உதாரணமாக திராவிட கழகம் இப்படி யான போராட்டத்தை முன்னெடுத்ததாக எந்தச் சான்றும் கிடையாது. தலித் இயக்கங்கள் மைய நீரோட்ட அரசியலின்

பகுதிகளாக மாறிவரும் இன்றைய சூழலில் கிராமப்புற ஆதிக்கச் சாதியினரின் இத்தகைய வன்முறைகளுக்கெதிரான போராட்டங் களில் சமரசங்களற்ற நிலைப்பாடுகள் எடுக்கமுடியாத நிர்ப்பந்தம் உருவாகியுள்ளது. பிராமணரல்லாதோர் அரசிய லின் ஒரு பகுதியாகத் தலித் அரசியலை மாற்றும் மைய நீரோட்ட அரசியல் கட்சிகளின் தந்திரங்களுக்குத் தலித் அமைப்புகள் பலியாகிக்கொண்டிருக்கின்றனவோ?

வைதிகத்திற்கெதிராகச் சிறுதெய்வ வழிபாட்டை அடை யாளப்படுத்திய தமிழ் அறிவுத் துறையினர் அதன் சாதிய அடிப்படைகளைக் கவனத்தில் கொள்ளவில்லை. சாதியம் இந்தியத் தன்மைகொண்டது என்பது எவ்வளவு உண்மையோ அவ்வளவு உண்மை அது வட்டாரரீதியில் வெவ்வேறு பண்புக் கூறுகளால் பிளவுபட்டிருக்கிறது என்பதும் உண்மை. ஒவ்வொரு இடத்திற்கும் காலத்திற்கும் சாதிகளின் எண்ணிக்கைக்கும் ஏற்ப அதன் சமன்பாடுகள் மாறுபடுகின்றன. ஒவ்வொரு வட்டாரத்திற்கும் அதனதன் சமன்பாடுகளுக்கேற்ப சுயேச்சை யான வழிபாட்டு முறைகள், சடங்குகள், தீட்டுக் கோட்பாடுகள் இருக்கின்றன. மதுரை உசிலம்பட்டி வட்டாரத்தில் வைதிக மயப்பட்ட பெருங்கோயில்களோ சமஸ்கிருதமயப்பட்ட வழிபாட்டு முறையோ இல்லை. வறண்ட நிலப்பகுதியில் பொருளாதாரரீதியில் பின்தங்கி உள்ள கள்ளர்கள் வன்முறையின் துணையோடு தம் சிறுதெய்வ வழிபாடு சார்ந்த சாதியத்தைப் பாதுகாத்து வருகிறார்கள். குலதெய்வக் கோயில்கள்சார்ந்த கருத்தியல்களை ஆதாரமாகக்கொண்டு அதிகாரம் கட்டமைக் கப்படும் இப்பகுதியில்தான் தலித்துகளின் மீதான ஒடுக்கு முறைகள் தீவிரமாக உள்ளன. ஓர் இனக் குழுவாகத் தன்னை நிறுத்திப்பார்க்கும் பிரமலைக் கள்ளர் சமூகம் குலதெய்வ வழிபாடு சார்ந்த சடங்குகளையும் பிற சாதியை விலக்கிவைக்கும் தீட்டுக் கோட்பாட்டையும் தன் சாதிக்கான தனி அடையாள மாகக் கொண்டிருக்கிறது. கிராமப்புறக் கோயில்களை முற்போக் காகப் பார்க்கும் அணுகுமுறையும் பிராமணர்கள் பங்கேற்கும் கோயில்களை மட்டும் பிற்போக்கானதாக, சாதிய அடிப்படையி லானதாகப் பார்க்கும் அணுகுமுறையும் மறுபரிசீலனைக் குள்ளாக்கப்பட வேண்டும். சாதியின் இயங்குமுறை குறித்த நுட்பமான பார்வை இதற்கு அவசியம். மனுதர்மம், இந்து வேதங்கள் போன்றவற்றை ஆராய்ந்து இந்துயிசத்தை மறுத்த அம்பேத்கரின் 'சட்டபூர்வமற்ற சட்டங்கள்' என்ற கருத்தி னூடாகக் கிராமச் சாதி அதிகாரத்தை குறித்த இச்சூழலை ஆராய முடியும்.

பிராமணியம் சிறுதெய்வ வழிபாடுகளை அழிப்பதாகச் சொல்லப்படும் கருத்து முழுக்க ஏற்கத்தக்கதல்ல. பிராமணியம்

இவற்றைத் தன்னுடைய பகுதியாக்கி வருகிறது. அதற்குச் சாதகமான சாதி உள்ளிட்ட கூறுகள் சிறுதெய்வ மரபில் இருக்கின்றன. சுயாட்சிமிக்க வட்டாரத் தன்மைகள்தாம் இந்துயிசத்தின் ஆதாரம். வட்டாரரீதியிலான அடையாளங்களைக் காப்பாற்றிக்கொண்டு இந்துத்துவ அரசியலை எதிர்கொள்ள முடியாது. ஆனால் தற்காலத்தின் வட்டாரரீதியிலான அடையாளங்களைக் குறித்த கவலை என்பது அடிப்படையில் சாதியைக் குறித்த அதைப் பாதுகாப்பது குறித்த கவலையே.

தன்னுடைய காலனிநாடுகளின் மத நடைமுறைகளுக்குள் தலையிட்ட பிரிட்டீஷார் இந்தியாவில் மட்டும் தலையிடாக் கொள்கையைப் பின்பற்றினர். இக்கொள்கை வைதிக நம்பிக்கைகளுக்கு மட்டுமல்லாமல் சிறுதெய்வ மரபுக்கும் பொருத்தப்பட்டது. 1852இல் மத நடைமுறைகளிலுள்ள மூர்க்கத்தனமான வழிபாட்டு முறைகளைக் கைவிட வேண்டுமெனக் கூறிய பிரிட்டீஷாரின் அறிக்கை, 1854இல் அதில் சில மாற்றங்களை வலியுறுத்தியதோடு நின்றுகொண்டது. இவ்வாறு கிராமப்புற ஆன்மிக நடைமுறைகளுக்கு வழங்கப்பட்ட சலுகை சாதியத்தின் தீமையை மறைப்பதற்கே பயன்பட்டது. சிறுதெய்வ வழிபாடுகளில் கடைபிடிக்கப்படும் சாதியக்கூறுகளைக் கண்டுகொள்வதற்கான ஆய்வுப் பார்வை வேண்டும். இக்கோயில்கள் இந்துசமய அறநிலையத் துறை கீழ் கொணரப்பட்டு அரசின் கண்காணிப்பிற்கு உட்படுத்த வேண்டும். அப்போதுதான் 2008இல் தமிழக அரசு கொணர்ந்த அனைத்துச் சாதியினரும் அர்ச்சகர்கள் ஆகலாம் என்ற சட்டத்தைக் கிராமப்புற ஆதிக்கச் சாதியினருக்குச் சமத்துவத்தைக் கறபிககும் விதமாய் விரிவுபடுத்த முடியும். கோயில், கோயில் சொத்து ஏலம் போன்றவற்றில் பொதுவிதிகளை உருவாக்க வேண்டும். எல்லாவற்றையும் விட தலித்துகள்மீதான சாதியப் பாடுபாடுகளுக்கு எதிராக மேற்கொள்ளப்படும் அரசின் சட்டரீதியிலான நடைமுறைகள் உண்மையான அக்கறையோடு இருக்க வேண்டும். இவற்றைச் செயல்படுத்துவதற்கான நெருக்குதல்களைத் தம் போராட்டங்களின் மூலம் உருவாக்க வேண்டியது தனித்துவமான தலித் இயக்கங்கள் முன்னுள்ள உடனடிக் கடமை.

***காலச்சுவடு*, ஜூலை 2009**

ஆக்கிரமிக்கப்பட்ட பஞ்சமி நிலம்: பொய் வாக்குறுதிகள்

ஏப்ரல் 2010 முதலே தலித் மக்களுக்கான பஞ்சமி நிலம் குறித்த செய்திகள் ஊடகங்களில் சிறிய அளவிலாவது இடம்பெற்று வருகின்றன. ஏப்ரல் 14ஆம் தேதி அம்பேத்கர் பிறந்தநாளில் விடுதலைச் சிறுத்தைகள் கட்சி நடத்திய விருது வழங்கும் விழாவில் அம்பேத்கர் பெயரிலான விருதைப் பெற்றுக்கொண்ட கருணாநிதி அவ்விழாவில் (மட்டும்) தலித்துகளுக்கான நிலம் குறித்த கருத்தொன்றை வெளியிட்டார். சிலை எழுப்புதல், பெயர் சூட்டுதல், சொல்லாடல்களைக் கட்டுதல் என்று அடையாள அரசியல் உருவாக்கியதையே அரசியல் வெற்றியாகக் காட்டிவரும் திமுகவின் அணுகுமுறைக்கு முரண்படாத வகையில் கருணாநிதியிடம் சிலை, மணிமண்டபம் உள்ளிட்ட அடையாளக் கோரிக்கைகளை எழுப்பிய விடுதலைச் சிறுத்தைகள் கட்சி, தலித்துகளின் நேரடி நலனுக்காகப் பஞ்சமி நிலங்களை ஆணையம் ஒன்றை அமைத்து மீட்க வேண்டுமென்ற ஒரேயொரு கோரிக்கையை மட்டும் முன்மொழிந்தது. அதே நாளில் ப. சிவகாமி நடத்தும் சமூக சமத்துவப் படைக் கட்சி காஞ்சிபுரத்தில் பஞ்சமி நில மீட்பு மாநாடு ஒன்றை நடத்திக்கொண்டிருந்ததும் குறிப்பிடத்தக்கது. விடுதலைச் சிறுத்தைகள் கட்சியின் இக்கோரிக்கை குறித்துப் பேசும்போதுதான் கருணாநிதி "ஆதி திராவிடர்களின் நிலத்தை மீட்போம்" என்றார். இதுபோலவே மே மாதம் இரண்டாம் வாரத்தில் கோவையிலிருந்து தொடுக்கப்பட்ட வழக்கொன்றின் மீது கருத்துக் கூறிய உயர் நீதிமன்றம் "தலித் மக்களுக்கான பஞ்சமி நிலங்கள் பிறரால் ஆக்கிரமிக்கப்பட்டிருப்பது தெரியவந்தால் அவற்றை மீட்க அரசு தயங்க வேண்டியதில்லை" எனக் கூறியது.

சிறுதாவூர் நிலவிவகாரம் தொடர்பாக நியமிக்கப்பட்ட நீதிபதி கே.பி.சிவசுப்பிரமணியம் கமிஷன் அறிக்கை சட்ட மன்றத்தின் பட்ஜெட் கூட்டத்தொடர் முடிவடைவதற்கு முந்தைய தினம் மே 13ந்தேதி அவசர அவசரமாகச் சமர்ப்பிக்கப்பட்டது. 1892ஆம் ஆண்டு சென்னை மாகாணத்தின் செங்கல்பட்டு மாவட்ட ஆட்சியராய் இருந்த ஜே.எச்.ஏ.திரமென்கீர் (Tremenheere) என்ற ஆங்கிலேயர் பரிந்துரையின் பேரில் ஆங்கிலேய அரசு தலித் மக்களுக்கென இலவசமாக ஒதுக்கிய 12 லட்சம் ஏக்கர் நிலமே பஞ்சமி நிலம். காலனிய நில வருவாய்த் துறைக் கொள்கையைச் சீர்திருத்தம் செய்வதற்குரிய பரிந்துரைகளையும் செங்கல்பட்டு மாவட்டத்தில் தலித்துகளின் நிலைமையை ஆராய்ந்து சென்னை மாகாணம் முழுவதுமிருந்த அவர்களுடைய நிலையை மேம்படுத்தும் ஆலோசனைகளையும் திரமென்கீர் வழங்கினார். தலித் மக்களின் வாழ்நிலையை ஆழமாகப் புரிந்துகொண்ட நிலையில் அளிக்கப்பட்ட இந் நிலங்களைப் பிறர் வாங்கவோ விற்கவோ முடியாது என்ற முன்யோசனைமிக்க விதியையும் உருவாக்கினார். காடாகவும் தரிசாகவும் கொடுக்கப்பட்ட அந்நிலங்களைச் சீர்படுத்தி நாடாக்கியவர்கள் தலித்துகளே. ஆனால் 12 லட்சம் ஏக்கரில் தலித் மக்களிடம் இன்றைக்கு மிஞ்சியிருப்பவை ஒரு லட்சத்து 26 ஆயிரத்து 13.6 ஏக்கர் நிலம் மட்டுமே. இந்நிலங்களுக்கென உருவாக்கப்பட்ட விதிமுறைகளைத் 'தாண்டி' 10 லட்சத்து 73 ஆயிரத்து 887 ஏக்கர் நிலம் தலித் அல்லாத பிறரிடம் சட்டத்திற்குப் புறம்பாக முடங்கிக் கிடக்கிறது.

பஞ்சமி நிலத்தைப் பெறுவதற்கும் பாதுகாப்பதற்கும் தலித்துகள் கடுமையாகப் போராடிவந்திருப்பதே வரலாறு. 'சனநாயக முறை'க்குப் பேர்போனதெனப் பாடநூல்களால் கட்டியுரைக்கப்படும் உத்திரமேரூர் அமைந்துள்ள காஞ்சிபுரம் மாவட்டத்தின் காரணை என்னும் கிராமத்தில்தான் பஞ்சமி நிலத்தை மீட்பது என்னும் தலித் மக்களின் போராட்டம் 1993இல் சற்றே முனைப்போடு நடந்தது.

காரணையைச் சுற்றியுள்ள ஏழு கிராமங்களின் நிலமற்ற தலித் குடும்பங்களுக்கும் சேர்த்துக் காரணையில் 633 ஏக்கர் நிலம் பரிந்துரைக்கப்பட்டது. 1933இல் பரிந்துரைக்கப்பட்ட அந்நிலங்கள் 1975ஆம் ஆண்டில்தான் தலித்துகளுக்கு வழங்கப்பட்டன. அவை மெல்ல மெல்லப் பிறவகுப்பினராலும் ரியல் எஸ்டேட் வணிகர்களாலும் ஆக்கிரமிக்கப்பட்டன. பஞ்சமர் நிலத்தின் உரிமையாளர் ஆனவர்களில் ஒருவரான தீபன் சக்கரவர்த்தி என்பவர் 1984இல் தனக்குரிய நிலத்தை விற்றார். விற்கப்பட்ட நிலம் முறையாகப் பதிவுசெய்யப்படாமலும்

முழுமையாகப் பணம் அளிக்கப்படாமலும் போனபோதுதான் தன்னிடமிருப்பது பஞ்சமி நிலம் என்றும் அதைத் தலித் அல்லாதோருக்கு விற்கமுடியாதெனவும் அவர் அறிகிறார். நிலத்தைத் திரும்பப் பெறப் போராடித் தோற்ற அவர் 1992இல் நீதிமன்றத்தில் வழக்குத் தொடுத்தார். இப்பின்னணியோடு அம்பேத்கர் நூற்றாண்டு விழா எழுச்சியும் இணைந்தபோது தான் பஞ்சமி நில மீட்பு குறித்த விழிப்புணர்வு பரவலானது. தலித் அமைப்புகள், தொண்டு நிறுவனங்கள் உதவியுடன் 'பஞ்சமி நில மீட்புக் குழு' அமைக்கப்பட்டுப் போராட்டம் தொடர்ந்து முன்னெடுக்கப்பட்டது. அதிமுக ஆட்சிக் காலமான அப்போது போராட்டத்தில் ஈடுபட்ட தலித்துகள் காவல் துறையால் கடுமையாக ஒடுக்கப்பட்டனர். கைது, ஜாமீன் என்று நீடித்த போராட்டத்தில் 10.10.1994இல் செங்கல்பட்டு மாவட்டத் துணை ஆட்சியர் அலுவலகத்திற்குக் கோரிக்கை மனுக்களை அளிக்கவந்த தலித் மக்களோடு காவல் துறைக்கு ஏற்பட்ட மோதலில், முன்னெச்சரிக்கை அறிவிப்பு ஏதுமில் லாமல் காவல் துறை துப்பாக்கிச் சூடு நடத்தியது. இதில் 32 தலித்துகள் காயமடைந்ததோடு ஜான் தாமஸ், ஏழுமலை ஆகிய இரண்டு தலித் இளைஞர்கள் கொல்லப்பட்டனர்.

1990களின் தலித் எழுச்சிக்குப் பஞ்சமி நில மீட்புக் கோரிக்கையும் ஜான் தாமஸ், ஏழுமலை ஆகியோரின் மரணமும் பெரும் உந்துதலையும் அடையாள அழுத்தத்தையும் தந்தன. ஆனால் இவ்வகை சிறுசிறு போராட்டங்களையெல்லாம் உள்வாங்கிப் பெரும்கட்சியாக மாறிய விடுதலைச் சிறுத்தைகள் போன்ற தலித் கட்சிகள் தங்களுக்குத் தாங்களே உருவாக்கிக் கொண்ட வரையறைகளில் சிக்கிக்கொண்டு இக்கோரிக்கை மீது ஆக்கபூர்வமான அழுத்தத்தை உருவாக்கத் தவறிவிட்டன. இந்நிலங்களை ஆக்கிரமித்திருக்கும் தமிழர்களுக்கும் தோதான கட்சியாகக் காட்டிக்கொள்ளவே அவை முயன்று வருகின்றன. இந்த இருபதாண்டுகளில் சட்டப் பேரவையில் இக்கோரிக்கை மீதான அழுத்தமோ கவன ஈர்ப்போ எக்கட்சியாலும் உரு வாக்கப்படவில்லை. "நாங்களும் பேசியிருக்கிறோம்" எனச் சொல்லிக்கொள்வதற்கான ஒன்றிரண்டு பதிவுகள் தவிர உருப்படியான குரல்கள் எவையுமில்லை. தொண்டு நிறுவனங் களிடம் பயிற்சி முகாம்களில் பேசுவதற்கான என்ஜிஓ நிகழ்வாக இது முடங்கிவிட்டது. கடந்த இருபதாண்டுகளில் இக் கோரிக்கைக்கான குரல் சன்னமாய் ஒலித்தபடியிருக்கிறது. அதையும் இன்றைய அரசும் அரசியல் கட்சிகளும் முழுமை யாகத் தின்று முடிக்க முயல்கின்றன.

"ஆதிதிராவிடர்களுக்குரிய நிலங்களை யார் பறித்திருந் தாலும் அதை அரசு வேடிக்கை பார்க்காது" என்று விடுதலைச்

சிறுத்தைகளின் விருது வழங்கும் விழாவில் பேசிய கருணாநிதி, அதை ஆட்சியிலிருக்கும் போதே செய்வேன் என்று கூறுவதற்கு மாறாக இன்னும் ஓராண்டில் வரவிருக்கும் சட்டமன்றத் தேர்தலுக்கான தேர்தல் அறிக்கையில் அது சேர்க்கப்படும் என்றும் அத்தேர்தலில் தன்னை வெற்றிபெற வைத்தால் இக் கோரிக்கையை நிறைவேற்றுவதாகவும் கூறினார். அதிகாரத்தை எட்டக்கூடிய கட்சியாக உடனே மாற முடியாவிட்டாலும் தலித் மக்களை ஓட்டுவங்கியாகவும் அரசியல் திரட்சியாகவும் மாற்றி அரசியல் அழுத்தக் குழுவாக நிலைத்திருக்க வேண்டிய விடுதலைச் சிறுத்தைகள் கட்சி மெல்ல மெல்ல அவ்வாய்ப்பை அழித்துக்கொண்டதோடு மையநீரோட்டக் கட்சிகளுக்குரிய அத்தனை கெடுதிகளையும் சேர்த்துக்கொண்டு திரண்டிருக்கும் கூட்டத்தைத் தக்கவைத்து அரசியல் பேரங்களை நிகழ்த்திக் கொள்ளும் கட்சியாக எஞ்சிவிட்ட நிலையில், 2011இல் திமுகவை ஆட்சியில் அமர்த்தியே தீருவோம் என்று முழங்கியதைப் பயன்படுத்திக்கொண்டு கருணாநிதி இவ்வாறு பேசியுள்ளார். இந்த வகையில் 2011ஆம் ஆண்டிற்கான கூட்டணியையும் தேர்தல் பிரச்சாரத்தையும் கருணாநிதி இம்மேடையிலிருந்தே தொடங்கிவிட்டார் என்றே சொல்ல வேண்டும்.

அதிகார அரசியலில் சாதிச் சமன்பாடுகளைக் குலை யாமல் பயன்படுத்திவரும் கருணாநிதி பிறசாதியினரிடமிருந்து நிலங்களை மீட்டுத் தலித்துகளுக்குத் தருவார் என்று எதிர் பார்ப்பது வேடிக்கைதான். மீட்டுத் தர முடியாத கருணாநிதி இவ்வாறு பேசியிருப்பதன் பொருள் என்ன? முதலில் கருணாநிதி அம்மேடையில் பேசியது பஞ்சமி நிலம் குறித்து அல்ல. அது குறித்த கோரிக்கை எழுப்பப்படும் மேடையில் அக்கோரிக்கையைத் திசைதிருப்பி அதை எளிமைப்படுத்தி யிருக்கிறார். பஞ்சமி நிலம் பற்றிப் பேசுவதை விடுத்து ஆதி திராவிடர்களுக்கான நிலம் என்று பொத்தாம் பொதுவாக ஆக்கியதோடு அந்நிலங்களைப் பறித்தோர் முதல்வராக இருந்தாலும் நீதிபதியாக இருந்தாலும் மீட்கப்படும் என்றும் கூறினார். முன்னாள் முதல்வர் ஜெயலலிதாவையும் நீதிபதி தினகரனையும்தான் இவ்வாறு கூறினார் என்பது சொல்லித் தெரிய வேண்டியதில்லை. நிலம் மீட்கப்படுவதைவிடக் கருணாநிதியின் உடனடி நோக்கம் என்ன என்பதை இக் கூற்றில் அவர் புரிய வைத்துவிட்டார். தன்னுடைய சமகால அரசியல் எதிரிகளை எதிர்கொள்வது, நிலம் கோருபவர்களின் கோபத்தை எதிரிகளுக்கு எதிராகத் திருப்புவது மட்டுமே அவருடைய நோக்கம்.

ஜெயலலிதாவின் சிறுதாவூர் நிலம், ஆதிதிராவிடர்களிட மிருந்து ஆக்கிரமிக்கப்பட்ட நிலமே தவிர, பஞ்சமி நிலம்

அல்ல. அது மீட்கப்பட வேண்டிய நிலம் என்பதில் கருத்து வேறுபாடில்லை. ஆனால் பஞ்சமி நிலம் கோரப்படும் இடத்தில் அதில் தன்னுடைய நிலைப்பாடு, நடவடிக்கை பற்றி நேரடி யாகக் கூறுவதைவிடுத்து எதிர்க்கட்சியான அதிமுகவை இதில் 'எதிரியாக' இணைக்கிறார் கருணாநிதி. தொடர்ந்து சிறுதாவூர் நிலம் தொடர்பான ஆணையத்தின் அறிக்கையை முன்வைத்து அவர் அறிக்கைகள் எழுதுவதும் செம்மொழி மாநாட்டிற்கு முன்பு ஜூன் 18இல் அதற்காகத் திமுக போராடும் என்றும் அறிவித்திருந்தார். தமிழகம் தழுவிய அளவில் தலித்துகளுக்குரிய நிலங்கள் பறிக்கப்பட்டு அதில் பல்வேறு சாதியினரும் கட்சி யினரும் நிறுவனத்தினரும் ஈடுபட்டுள்ள நிலையில் பரந்த அளவில் எடுக்கப்பட வேண்டிய நடவடிக்கையை விடுத்துத் தனக்கு எதிரான கட்சி ஒன்றுடனான முரணாக அதை மாற்றுகிறார் முதல்வர். இதே வேளையில் சிறுதாவூர் நில ஆக்கிரமிப்புமீதான விசாரணைக் கமிஷன் அமைக்கக் காரண மான மார்க்சிஸ்ட் கம்யூனிஸ்ட் கட்சி அதிமுக கூட்டணிக்குச் சென்றுவிட்ட நிலையில் அவ்விரு கட்சிகளுக்கிடையே முரண் பாட்டை ஏற்படுத்துவது என்ற நோக்கமும் அவருக்கிருக்கிறது என்பது இப்பிரச்சினை குறித்த அவரது அறிக்கைகளைத் தொடர்ந்து படித்துவரும் யாராலும் அறிய முடியும். இதைத் தாண்டித் தலித் மக்களின் நலனோ அதை நிறுவுவதில் அக்கறையோ கருணாநிதிக்கு இல்லை. சிறுதாவூர் நில ஆக்கிர மிப்பு குறித்த புகார் ஜெயலலிதாவோடு தொடர்புபடுத்தப் பட்டதால்தான் கருணாநிதி உடனடியாக விசாரணைக் கமிஷன் அமைத்தார். ஆனால் அவர் எதிர்பார்த்ததைப் போல ஜெயலலிதாவின் பங்கு நேரடியாக அதில் இல்லாத தோடு அவை பஞ்சமி நிலங்களாகவும் இல்லை. ஆனால் இந்த ஆக்கிரமிப்பில் பெரும் பகுதிப் பங்கு அதிமுகவினுடையது என்ற வகையிலும் பிறர் ஆக்கிரமிப்புக்கு அதிமுக அரசே உடந்தையாயிருந்தது என்ற வகையிலும் ஜெயலலிதாவிற்கு இதில் பங்கு உள்ளது. ஆனால் அறிக்கை வெளிவந்துவிட்ட நிலையில் மார்க்சிஸ்ட் கம்யூனிஸ்ட் கட்சி முன்புபோல ஆர்வம் காட்டவில்லை. அவர்களுக்கும் கூட்டணி நிர்ப்பந்தம் இருக் கிறது. இந்நிலையில் வேறுவகையில் அக்கட்சி போராட்டம் ஒன்றை நடத்தியிருக்கிறது. நெடிய நிலவுரிமைப் போராட்ட வரலாற்றைக்கொண்ட மார்க்சிஸ்ட் கட்சிக்கு, தீண்டாமை ஒழிப்பு முன்னணி என்ற துணை நிலையமைப்பு உருவானபின் அதற்கான அஜெண்டாவைத் தேடும்போதுதான் பஞ்சமி நிலம் பற்றிய கோரிக்கையைக் கண்டடைந்திருக்கிறார்கள். எனினும் இந்நிலை வரவேற்கத்தக்கதே.

உண்மையில் பஞ்சமி நிலம் ஆக்கிரமிக்கப்பட்டதே திமுக, அதிமுக ஆகிய இரு கட்சிகளின் ஆட்சிக் காலங்களில்தாம். 1972க்குப் பிறகுதான் அதிகளவு நிலம் ஆக்கிரமிக்கப்பட்டதாகப் புள்ளிவிவரங்கள் கூறுகின்றன. 1982இல் மூன்று லட்சம் ஏக்கர், 1996இல் இரண்டரை லட்சம் ஏக்கர் எனக் குறைந்து இப்போது ஒன்றேகால் லட்சம் ஏக்கர் நிலமாக ஆகியுள்ளது. ஆனால் இவ்விஷயத்தில் இரண்டு கட்சிகளும் பரஸ்பரம் குற்றம்சாட்டிக்கொள்வது தமிழ்நாட்டு அரசியலில் வசதியான நிலை. கருணாநிதியும் ஜெயலலிதா என்னும் எதிரியைத்தான் வெகுவாக விரும்புவார். பலவீனமான எதிர்க்கட்சி ஒன்றைத் தக்கவைத்துக் கொள்வதும் சமூக நிகழ்வுகளை அதன் வழியிலான கறுப்பு வெள்ளைப் பாணிக்குள் இருத்தித் தன்னைப் பாதுகாத்துக்கொள்ளவும் இந்த நிலைமையே பயன்படும். அவர் எப்போதும் பலமான, கருத்தியல் பின்னணி கொண்ட அரசியல் சூழலை எதிர்கொள்வதாய் இருந்தால் மௌனத்தையும் புறக்கணிப்பையும் மட்டுமே கையாளுவார். இப்போது தலித் மக்களின் நீண்டகாலக் கோரிக்கை ஒன்றை வழக்கமான பாணிக்குள் நிறுத்திவிட்டுத் தன்னைக் காப்பாற்றிக்கொள்ள அவரால் முடிந்திருக்கிறது.

தலித் மக்களின் தற்சார்பான வாழ்நிலையைச் சாத்தியமாக்கும் நிலவுரிமையை இது போன்ற அரசியல் கட்சிகளின் எளிய எதிரிடைக்குள்ளிருந்து பேச முடியாது. ஜெயலலிதாவிடமிருந்து மட்டுமல்ல தமிழகமெங்கும் ஆக்கிரமிக்கப்பட்டுள்ள பஞ்சமி நிலத்தையும் தாழ்த்தப்பட்ட மக்களுக்காக வழங்கப்பட்ட தோட்டி மானியம், வெட்டியான் மானியம், புதிரை வண்ணான் மானியம் போன்ற மானிய நிலங்கள், அரசுப் புறம் போக்கு நிலங்கள், கோயில் நிலங்கள் வேறுவகையில் தலித்துகளுக்கு அளிக்கப்பட்ட நிலங்கள் என யாவற்றையும் மீட்க வேண்டியுள்ளது. திமுகவின் அறிவாலயக் கட்டடமே பஞ்சமி நிலத்தில் தான் இருக்கிறது என்று திருமாவளவன் பேசிய காலம் ஒன்றுமிருந்தது. தமிழகத்தில் முன்னாள், இன்னாள் அமைச்சர்கள் நடத்தும் கல்வி நிறுவனங்களும் இந்நிலங்களில் அமைந்திருப்பதாகக் குற்றச்சாட்டு இருப்பதையும் இதனுடன் இணைத்துப் பார்க்க வேண்டியுள்ளது.

மேலும் கடந்த தமிழகச் சட்டமன்றத் தேர்தல் அறிக்கையில் அறிவிக்கப்பட்டு நடைமுறைப்படுத்துவதில் தோல்வியை அடைந்துள்ள இரண்டு ஏக்கர் நிலம் வழங்கலில் இதுவரை தலித் மக்களுக்கு வழங்கப்பட்ட நிலங்கள் குறித்த கணக்கேதும் தரப்படுவதில்லை. ஆதிக்க வகுப்பினரால் ஆக்கிரமிக்கப்பட்ட

பஞ்சமி நிலங்கள் ஒருபுறமிருக்க, அரசாங்கமே ஆக்கிரமித்திருக்கும் பஞ்சமி நிலங்களும் உண்டு.

DLM எனப்படும் தலித் விடுதலை இயக்கம் அரசாங்கம் ஆக்கிரமித்துள்ள நிலங்கள் குறித்து ஆய்வு ஒன்றை நடத்தி அதன் விவரங்களை வெளியிட்டுள்ளது. இதில் தொண்டு நிறுவனக் கட்டடங்களும் அடங்கும். சான்றுக்காக அவற்றில் சில:

மதுரை

1. வாடிப்பட்டி வட்டம் சோழ வந்தான் அருகேயுள்ள தென்கரை கிராமத்தில் சர்வே எண்: 365/4சிஇல் உள்ள பஞ்சமி நிலத்தில் அரசு ஆரம்பப் பள்ளிக்கூடக் கட்டடம் கட்டப்பட்டுள்ளது.

2. வாடிப்பட்டி வட்டம் நாச்சிக்குளம் கிராமத்தில் அரசினர் ஆதிதிராவிடர் மேனிலைப் பள்ளிக் கட்டடம் கட்டப்பட்டுள்ளது.

3. வாடிப்பட்டி வட்டம் அலங்காநல்லூர் ஒன்றியம் பாலமேடு கிராமத்தில் சர்வே எண்: 189/2இல் உள்ள பஞ்சமி நிலத்தைத் தன்னார்வத் தொண்டு நிறுவனம் (NGO) ஒன்று ஆக்கிரமித்துக் கட்டடம் கட்டியுள்ளது.

திருவண்ணாமலை

1. தண்டராம்பட்டு வட்டம் மலமஞ்சனூர் கிராமத்தில் சர்வே எண்: 282/3கி1இல் தமிழக அரசின் நெடுஞ்சாலைத் துறையின் சார்பாக ஆக்கிரமித்துச் சாலையும் பயணியர் நிழற்குடையும் அமைக்கப்பட்டுள்ளன.

2. தண்டராம்பட்டு வட்டம் மலமஞ்சனூர் கிராம சர்வே எண்: 282/4கி1இல் உள்ள பஞ்சமி நிலம் தமிழக அரசின் பொதுச்சுகாதாரம் மற்றும் நோய்தடுப்புத் துறை இயக்குநர் சென்னை – 6 என்னும் பெயரில் பத்திரப் பதிவுசெய்யப்பட்டு 'அரசினர் ஆரம்ப சுகாதார நிலையம்' கட்டப்பட்டுள்ளது.

திருப்பூர்

திருப்பூர் மாவட்டம், திருப்பூர் மாநகராட்சி 27ஆவது வார்டின் எல்லைக்குட்பட்ட அணைமேடு பெத்திசெட்டிபுரம் சர்வே எண்: 749இல் 'தமிழக அரசின் திருப்பூர் ஆடிட்டர்

அசோசியேசன்' சார்பாக அடுக்குமாடிக் கட்டடம் கட்டப் பட்டுள்ளது.

பெரம்பலூர்

1. பெரம்பலூர் மாவட்டத்தில் பாண்டக்கப்பட்டி கிராமத்தில் பஞ்சமி நிலம் ஆக்கிரமிக்கப்பட்டுப் பொதுப்பணித் துறை யின் மூலம் ஏரியாக மாற்றப்பட்டுள்ளது.
2. பெரம்பலூர் மாவட்டத்தில் வாலிகண்டபுரத்தில் தன்னார் வத் தொண்டு நிறுவனம் (அறக்கட்டளை) ஒன்று பஞ்சமி நிலத்தை ஆக்கிரமித்துக் கட்டடம் கட்டியுள்ளது.
3. பெரம்பலூர் மாவட்டம், நாகமங்கலம் வருவாய்க் கோட்டம் ரெட்டிபாளையம் கிராமத்தில் இரண்டு சிமெண்ட் ஆலை கள் கட்டப்பட்டுள்ளன.

கரூர்

கரூர் மாவட்டம், தேவர் மலைப் பகுதியில் (புலியூர்) பஞ்சமி நிலத்தை ஆக்கிரமித்து ஒரு சிமெண்ட் ஆலை கட்டப் பட்டுள்ளது.

திண்டுக்கல்

திண்டுக்கல் மாவட்டம், ஒட்டன் சத்திரம் வட்டம் கள்ளி மந்தயம் வாகரையில் சர்வே எண்: 227, 228 மற்றும் 229இல் சுமார் 25 ஏக்கர் பஞ்சமி நிலத்தில் 'கிளாஸிக் போலோ' என்ற ஆலை கட்டப்பட்டுள்ளது.

தேனி

தேனி மாவட்டம், பெரியகுளம் வட்டத்தைச் சார்ந்த தேவதானப்பட்டி கிராமத்தில் உள்ள பஞ்சமி நிலம் ஆக்கிர மிக்கப்பட்டு 'காவல் துறையின் துப்பாக்கிச் சுடும் பயிற்சி நிலையம்' கட்டப்பட்டுள்ளது.

இவ்விவரங்களைத் தலித் விடுதலை இயக்கம் தமிழக அரசிற்கும் அறிக்கையாக அனுப்பியுள்ளது. பஞ்சமி நிலம் தொடர்பாகக் கடைபிடிக்கப்பட வேண்டியதாகக் கூறப்படும் விதிமுறைகள்கூட அரசால் பின்பற்றப்படுவதில்லை. பஞ்சமர் நிலங்கள் வருவாய்த் துறைப் பதிவேட்டின்படி தலித் மக்களின் பெயரில் உள்ளதா என்பதை அறிய மாதமொருமுறை பார்வை யிட்டு மண்டல வட்டாட்சியருக்குக் கிராம நிர்வாக அலுவலர்

அறிக்கை சமர்ப்பிக்க வேண்டும். வருடத்திற்கு ஒருமுறை ஜமாபந்தி நடைபெறும்போது வருவாய்க் கோட்டாட்சியர் அல்லது துணை கலெக்டர் பதவியில் உள்ள அதிகாரிகள் வருவாய்த் துறை ஆவணங்களைப் பார்வையிட்டுக் கையெழுத் திட வேண்டும். இவை எதுவுமே நடைபெறுவதில்லை. 1892ஆம் ஆண்டு யூடிஆர் *(Updating Registration Scheme - UDR)* சர்வே நடைபெற்றிருக்கிறது. அதற்குப் பிறகு 1986ஆம் ஆண்டு யூடிஆர் நடைபெற்றுள்ளது. அதில் கண்டுபிடிக்கப்பட்ட குறைகள் சரிசெய்யப்படாதது மட்டுமல்ல, அதற்குப் பிறகு சர்வே நடை பெறவேயில்லை. இது தொடர்பாக உண்மை அறிய முற்படுகிற போதெல்லாம் நிலநிர்வாகத் துறை அளிக்கும் விவரங்களுக் கும் மாவட்ட ஆட்சியர் அலுவலகம் அளிக்கும் அறிக்கைக்கும் பெரும் முரண்பாடு இருப்பது வழக்கமாக இருக்கிறது.

இவ்வாறு அரசாங்கமே வெளிப்படையாக மீறல்களில் ஈடுபட்டிருப்பதையறிந்தும், இம்முறைகேடு தான் தேர்ந்தெடுத்துக் கொண்ட எதிராளியால் மட்டுமே நிகழ்த்தப்பட்டிருப்பதாகக் காட்டுவது கருணாநிதியின் வழக்கமான அரசியல் காய் நகர்த்துதலுக்குப் பயன்படுமே தவிர நிலத்தை இழந்து நிற்கும் தலித்துகளுக்குப் பயன்படாது. சட்டமும் நீதிமன்றத் தீர்ப்புகளும் சாதகமாக இருப்பினும் ஆக்கிரமிக்கப்பட்ட நிலங்கள் தமிழகத் தின் பெரும்பான்மை எண்ணிக்கை கொண்ட ஆதிக்க வகுப் பினர் வசம் இருப்பதால் அவர்களைப் பகைத்துக்கொண்டு தலித்துகளின் உரிமைகளை நிலைநாட்ட திமுகவும் பிறரும் தயாராக இல்லை. அதை மறைக்கவும் தன்னை முன்னிலைப் படுத்திக்கொள்ளவும் தான் ஜெயலலிதா என்னும் கண்ணுக்குத் தெரிகிற எதிரியுடன் கருணாநிதி போராடுகிறார்.

காலச்சுவடு, அக்டோபர் 2010

பூசாரியாகும் பெண்:
கைகூடாத நீதி

அனைத்து சாதியினரும் அர்ச்சகராகலாம் என்னும் சட்டத்தைத் தமிழக அரசு கொண்டுவந்திருக்கிறது. இச்சட்டத்திற்கு எதிரான வழக்கு உச்சநீதிமன்றத்தில் நிலுவையில் இருக்கிறது. இச்சட்டம் நடைமுறைப்படுத்தப்படுமானால் இந்து சமய அறநிலையத் துறைக்கு உட்பட்ட கோயில்களுக்கு மட்டுமே பொருந்தும். ஆனால் இங்கு இந்து அறநிலையத் துறைக்கு உட்படாத கோயில்களும் பெருமளவில் உள்ளன. இச்சட்டம் இந்து சமய ஆகம நெறிகளுக்குக் கட்டுப்படாத கிராமக் கோயில்களுக்குப் பொருந்தாது. ஆனால் கிராமக் கோயில்கள் குலம், சாதி, பரம்பரை ஆகியவற்றின் அடிப்படையிலேயே வழிபடப்படுகின்றன. இங்கு அந்தந்த சாதிசார்ந்த பூசாரி தவிர வேறு யாரும் நுழைய முடியாது. அதே போல அனைத்துச் சாதியினரும் அர்ச்சகர் ஆகலாம் என்னும் சட்டம் பெண்கள் அர்ச்சகர் ஆவது குறித்துத் தனிக் கவனம் எதையும் செலுத்தவில்லை. அனைத்துச் சாதியினரும் அர்ச்சகர் ஆகலாம் என்னும் தமிழக அரசின் அறிவிப்பை அடிப்படையாகக் கொண்டு தமிழகத்தில் ஆறு மையங்களில் அர்ச்சகர் பயிற்சிப் பள்ளிகள் தொடங்கப்பட்டன. இம்மையங்களில் பயிற்சி பெற்றுள்ள 207 பேரில் ஒருவர்கூடப் பெண் கிடையாது.

அரசின் எல்லைக்குட்பட்ட இந்து சமய அறநிலையத் துறைசார்ந்த கோயில்களில் அர்ச்சகர் ஆவதற்கே பெண்களுக்கு வாய்ப்பில்லாதபோது சாதி இறுக்கமும் ஆணாதிக்கமும் பழமைவாதப் பண்போடு செயற்படும் கிராமங்களிலுள்ள கோயில்களில் மட்டும் எவ்வாறு சாத்தியப்

படும்? ஆனால் அண்மையில் அளிக்கப்பட்ட நீதிமன்றத் தீர்ப்பு ஒன்று இத்தளத்தில் முக்கியமானது.

மதுரை மாவட்டம் உசிலம்பட்டி வட்டத்தைச் சேர்ந்த நல்லுத்தேவன் கிராமத்திலுள்ள துர்க்கையம்மன் கோயிலில் பின்னத்தேவர் என்பவர் பூசாரியாகயிருந்து பணியாற்றி வந்தார். அவர் 2004ஆம் ஆண்டுவாக்கில் நோய்வாய்ப்பட்டதால் அதி லிருந்து அவருடைய ஒரே மகளான பின்னியக்காள் என்பவர் கோயில் பூஜைகளைக் கவனித்து வந்தார். பின்னத்தேவர் 2006ஆம் ஆண்டு நவம்பரில் இறந்துவிட்டார். இந்நிலையில் பின்னியக்காளே தொடர்ந்து பூஜைகளை நடத்தி வந்திருக்கிறார். ஆனால் இந்நடைமுறைக்கு கிராமத்தாரிடமிருந்து எதிர்ப்புக் கிளம்பியது. பின்னத்தேவருக்கு ஆண் வாரிசுகள் இல்லாததால் பூஜைசெய்யும் உரிமை அவருடைய குடும்பத்தைச் சார்ந்த பிற தாயாதிகளுக்குத்தான் உண்டே தவிர, அவருடைய பெண் அதைச் செய்யக்கூடாது என்று எதிர்ப்பு எழுந்தது. வட்டார தாசில்தார் முன்னிலையில் கிராமத்தார் கூட்டம் ஒன்றை நடத்தி கோயிலின் பூசாரியாக ஆண் ஒருவர் தேர்ந்தெடுக்கப் பட்டதாக அறிவித்தனர். இம்முடிவிற்கு எதிராக பின்னியக்காள் நீதிமன்றத்தை நாடினார். பரம்பரை உரிமை போன்ற சிறு பிற்போக்குத் தனத்தைக் காட்டிலும், பெண் ஒருவர் பூசாரி யாவது என்ற முற்போக்கான மாற்றம் இக்கோரிக்கையில் தங்கியிருப்பதை நாம் புரிந்து கொள்ளமுடிகிறது.

பின்னியக்காளின் மனுமீது 2008 செப்டம்பர் 1ஆம் தேதி தீர்ப்பு வழங்கிய நீதிபதி சந்ரு பின்னியக்காளே தொடர்ந்து அக்கோயிலின் பூசாரியாகப் பணிபுரியலாம் என்று கூறினார். பெண் பூசாரியாவதற்கு எதிரான போக்குகளைக் கண்டித்த தோடு, பெண்களுக்கான சுதந்திரத்தையும் வலியுறுத்தி இருந்தார். நீதிமன்றத்தின் தீர்ப்பை நடைமுறைப்படுத்த வேண்டியது அரசு இயந்திரத்தின் பொறுப்பாகும்.

இத்தீர்ப்புக்குப் பின் கோயில் பூஜைக்குச் சென்ற பின்னியக் காளை நல்லுத்தேவன்பட்டி கிராமத்தார் புறக்கணித்ததோடு, அவருக்குக் கடும் இடையூறுகளையும் ஏற்படுத்தியுள்ளனர். வழியை அடைத்து வைத்ததோடு, கோயிலையும் பூட்டியுள்ளார். மரபையும் பழக்கத்தையும் மீறிவிட்ட பின்னியக்காளை அவர்கள் சபிக்கவும் செய்தனர். ஆனால் நீதிமன்றத் தீர்ப்பை நடை முறைப்படுத்த வேண்டிய அரசு நிர்வாகம் பின்னியக்காளை பூஜை செய்ய வைத்துத் திரும்பியிருக்கிறது. ஆனால் அதிகாரி களின் துணையோடு எத்தனை நாட்களுக்கு அவர் பூஜைசெய்து விட முடியும்? என்னும் கேள்வியையும் அக்கிராமத்தினர் கேட்கின்றனர். இக்கேள்வியை அரசு கவனத்தில் எடுத்துக்

கொள்ள வேண்டியது அவசியம். அரசு நிர்வாகத்திற்கு இனிமேல் தான் பொறுப்பு கூடுதலாகிறது. இதில் அக்கிராமத்தினரிடம் மனமாற்றம் ஏற்படுத்துதல், பெண் ஒருவரே தொடர்ந்து பூசாரியாக இருப்பது என்ற இரு பணிகளையும் அரசு கவனித்துக் கொள்ள வேண்டியிருக்கிறது. மேலும் இதை முன்னுதாரண மாகக் கொண்டு பெண்களையும் பூசாரிகளாக்குவதில் அரசு தொடர் நடவடிக்கைகளை மேற்கொள்ள வேண்டும். ஆனால் நல்லுத்தேவன்பட்டி பிரச்சினையிலேயே துல்லியமாகச் செயற் படாத அரசு நிர்வாகம் அந்நிலைமையைப் பரவலாக்குவதில் அக்கறை செலுத்துமா என்பது கேள்விக்குறிதான்.

உண்மையில் நீதிமன்றத்தின் தீர்ப்பை நடைமுறைப்படுத்த வேண்டியது அரசு இயந்திரத்தின் கடமை என்பதாலேயே இதில் அது தலையிட்டது. குறிப்பிட்ட நாளொன்றில் தீர்ப்பை நடைமுறைப்படுத்திவிட்ட பிறகு அப்பொறுப்பிலிருந்து அது விலகிக்கொள்கிறது. இப்போக்கிற்கு முன்னுதாரணங்கள் உண்டு. அண்மையில் சேலம் மாவட்டம் கந்தம்பட்டி என்னும் ஊரின் திரௌபதி அம்மன் கோயிலில் விதிக்கப்பட்ட தடையை விலக்கி அக்கோயிலில் தலித் மக்களும் சமமாக நுழைந்து வழிபடலாம் என்று அளிக்கப்பட்ட நீதிமன்றத் தீர்ப்பை நடைமுறைப்படுத்துவதாகக் கூறி ஒருநாள் மட்டும் அதை நடத்திவிட்டு அரசு நிர்வாகம் விலகிக்கொண்டது. இந்நிலை நல்லுத்தேவன்பட்டியிலும் நீடிக்கக்கூடாது.

பழம் மரபுகளையும் பாகுபாடு கற்பிக்கும் பழமையான சட்ட திட்டங்களையும் உருவாக்கிப் பாதுகாத்து வருபவர்கள் கிராமங்களின் ஆதிக்க வகுப்பினர்கள்தாம். சாதியாகத் திரட்சி பெற்றுள்ள இவ்வகுப்பினருக்கு எதிரான நடவடிக்கைகளை எடுக்க அரசு தயங்குகிறது. அரசு நிர்வாகிகளாய்ச் செயற்படுபவர் களும் ஆதிக்க சாதியிலிருந்து வந்தவர்களாகவே இருப்பது இதில் பெரும் தடை. சாதிப் பெரும்பான்மையே வாக்குப் பெரும்பான்மையாய் மாறுவதால் இதற்கு எதிரான அழுத் தத்தைத் தரும் அரசியல் கட்சிகளும் இல்லாது போய்விட்டன. இந்நிலையில்தான் சட்டத்தின் கட்டளையை நிறைவேற்றுவதற் காக வெறும் சடங்குக்காக அரசு நிர்வாகம் ஒருநாள் ‘கடமை’ யில் இறங்குகிறது. அடிப்படையிலேயே கிராமங்களின் பாகு பாட்டு வடிவங்கள்மீது போதுமான நடவடிக்கைகள் எடுக்கப் படுவதில்லை. பிரச்சினைக்குரிய நல்லுத்தேவன்பட்டி கிராமம் அடங்கியுள்ள உசிலம்பட்டி, மதுரை போன்ற பகுதியில் இந்த அம்சங்கள் கூடுதலாக இருக்கின்றன. மேலவளவு, பாப்பாப் பட்டி, கீரிப்பட்டி, உத்தபுரம் போன்ற ஊர்கள் இப்பகுதியில் தான் உள்ளன என்பது குறிப்பிடத்தக்கதாகும். கூடுதலான

சாதிய இறுக்கம் உள்ளபோதிலும் ஆதிக்க வகுப்பினரின் சாதியத் திரட்சியும் அதே அளவுக்கு வலிமையாக உள்ளதால் நம்முடைய அரசு அடங்கி நிற்கிறது. இங்கெல்லாம் ஆதிக்க வகுப்பினர் மத்தியில்தான் மாற்றத்திற்கான நடவடிக்கைகளை முடுக்கிவிடவேண்டியிருக்கிறது.

இவ்விடத்தில் வேறொன்றையும் பேச வேண்டும். ஆகம நெறிக்குட்பட்ட சமய அதிகாரத்தில் மட்டும் அனைத்துச் சாதியினருக்குமான பங்கைக் கோணரும் அரசும் அரசியல் கட்சிகளும் ஆகம நெறிக்குட்படாத சாதி அதிகாரத்தில் பங்கைக் கோருவதில்லை ஏன்? பெண்களுக்கு எதிரான பிற்போக்கு அம்சங்களும் சாதிக் கட்டுப்பாடும் கிராம மரபாக நிலைபெற்று விட்ட இடங்களிலும் மாற்றங்கள் தேவை. அவைதீகம், பன்முகம் எனும் பெயர்களில் கிராமியப் பாகுபாடுகளை மறைத்துவிடும் சொல்லாடல்களை அறிவுலகமும் உற்பத்தி செய்துகொண்டிருக் கின்றன. இந்நிலைமை ஒருவகையில் சாதியையும் பெண் ணடிமைத் தனத்தையும் நியாயப்படுத்துவதாக மாறிவிடுகின்றன. சாதி மற்றும் பெண் அடிமைசார்ந்த அடிப்படைகள் நாம் நினைக்கும் எல்லையையும்விடப் பரந்தவை. பாகுபாடுகளை எந்தக் கோட்பாட்டின் பெயரினாலும் காப்பாற்றுவது நியாய மல்ல!

***புதிய பூங்குயில்,* மார்ச் 2009**

பழக்கங்கள் மரபுகள் என்பவற்றின் குறுக்கீடு இல்லாத சட்டத்தின் பாதுகாப்பு

(பாப்பாப்பட்டி உள்ளிட்ட ஊராட்சிகளில் நடந்துவரும் சனநாயகப் படுகொலைக் குறித்து)

பதினேழாவது முறையாகத் தேர்தல் அறிவிக்கப் பட்டும் மதுரை மாவட்டம் பாப்பாப்பட்டி, கீரிப்பட்டி உள்ளிட்ட நான்கு ஊராட்சிகளுக்கான தேர்தலை நடத்த முடியாமல் இந்திய சனநாயகமே கேள்விக்குரியதாக மாற்றப்பட்டு வருகிறது. தலித் மக்கள்மீதான இந்த வன்முறையை மாவட்ட நிர்வாகம், காவல் துறை, நீதித் துறை, அரசியல் கட்சிகள் என யாவும் வேடிக்கை பார்த்துக்கொண்டிருக்கின்றன.

பஞ்சாயத்து ராஜ் சட்டத்தின் கீழ் நடைமுறைக்கு வந்த இத்தேர்தல் முறை 1996இல் தொடங்கி 9 ஆண்டு களாகத் தி.மு.க., அ.தி.மு.க ஆகிய இரண்டு திராவிடக் கட்சிகளின் ஆட்சிகளில் நடக்கவிடாமல் தடுக்கப்பட்டு வருகிறது. இத்திராவிடக் கட்சிகள் சென்னை வார்டு தேர்தல், இடைத்தேர்தல் பற்றி மட்டுமே அக்கறை செலுத்தித் தங்களின் மேலான 'சனநாயகக் கடமை'யைச் செய்துவருகின்றன. தலித்துகள் மீது ஏவப்படும் வன்முறை களை எதிர்த்துப் போரிடத் திராவிட இயக்கங்கள் முன்வருவதில்லை. அந்த அளவுக்குப் பிராமணரல்லாத மேல்சாதிகளின் அதிகாரமும் வாக்கு வங்கியும் இக்கட்சி களின் போக்குகளைத் தீர்மானிப்பதாக இருக்கிறது. கடந்த காலங்களைவிட மிக நுட்பமாகவும் கொடூரமாக வும் வெளிப்படத் துவங்கியுள்ள சாதி வன்முறை 'தேய்ந்த

தெற்'கின் அரசியல்மயப்பட்ட வடிவமாக வெளிப்படும் நிலை யில் திராவிட இயக்கங்கள் கையாண்ட 'பொது'வான சொல்லாடல்களைத் தீவிரப் பரிசீலனைக்கு உட்படுத்த வேண்டிய நிலையில் தலித்துகள் உள்ளனர். எண்ணிக்கைப் பெரும்பான்மைக்காகத் தலித்துகளையும் தலித்துகளின் கடந்தகாலச் செயற்பாடுகளையும் உள்ளிழுத்துக்கொண்ட பிராமணர் அல்லாத இயக்கங்கள் தலித்துகளின் இத்தகு பரிசீலனைகளை ஏற்பதற்கான நேர்மையைப் பெற்றிருக்கவில்லை என்பதை அவர்களது எதிர்வினைகள் மூலம் அறிந்துகொள்ள முடிகிறது.

பாப்பாப்பட்டி, கீரிப்பட்டிப் பிரச்சினையில் இடதுசாரி இயக்கங்களின் போக்கும் கடுமையாக விமர்சிக்கப்பட வேண்டிய ஒன்று. இப்பிரச்சினையைப் பேசவேண்டிய நிர்ப்பந் தத்துக்கு ஆளாகியுள்ள இந்த இயக்கங்கள் உண்ணாவிரதம், ஆர்ப்பாட்டம், பார்வையிடல் என்று பிரச்சினைக்குரிய ஊராட்சிகளுக்கு மிகவும் வெளியே நின்று 'சாத்வீக'மான எதிர்ப்புகளை வெளிப்படுத்தி வருகின்றன. கூட்டுச் செயற்பாடு போன்ற நடவடிக்கைகளை முடுக்கிவிட முயற்சிக்காமல், தங்கள் கூட்டணி தர்மங்களை மீறாமல் பேட்டிகள் அளித்து வருகின்றன. தலித்துகள் இடதுசாரி முகாம்களிலிருந்து வெளி யேறித் தலித் இயக்கங்களில் இணைந்து வருவதையொட்டிக் கடந்த சில ஆண்டுகளாகத் தலித் பிரச்சினைகளில் கூடுதல் கவனம் செலுத்திவரும் இடதுசாரிகளின் செயல்பாடுகளோடு ஒப்பிட்டுத்தான் இவைகளைப் புரிந்துகொள்ள வேண்டியிருக் கிறது.

எத்தகு போராட்டங்கள் நடத்தப்பட்டபோதும் இவ் வூராட்சிகளின் ஆதிக்கச் சாதிகள் அசையாமல் இருப்பதற்கான காரணங்கள் இரண்டு. ஒன்று தேர்தலை நடத்தியே ஆக வேண்டும் என்று அரசை நிர்ப்பந்திக்கும் வகையில் அதற்கு எதிரான போராட்டங்கள் இல்லாமலிருத்தல். மற்றொன்று, இயக்கங்களின் போராட்டங்கள் ஒடுக்கும்சாதி மக்களை நிர்பந்திக்க இயலாவண்ணம் வெளியே நடப்பது. குருதி ருசி பார்க்கும் இந்துத்துவ அமைப்புகளின் நாக்குகளோ இப்போது தூர்ந்துபோயுள்ளன.

பிற கட்சிகள் இப்பிரச்சினையைப் பேசுவதற்கான நெருக் கடியைத் தலித் அமைப்புகளே ஏற்படுத்தியுள்ளன. குறிப்பாக விடுதலைச் சிறுத்தைகள் அமைப்பின் பணிகள் புத்தகமாக விரியக்கூடிய அளவு முக்கியமானவை. இந்த ஊராட்சிகளை ஒட்டிய பகுதிகளில் இயக்கம் பெரிய அளவில் பரவாமல்

இருந்தும் விடுதலைச் சிறுத்தைகள் கட்சி தொடர்ச்சியாகத் தேர்தலில் போட்டியிட்டுவருகிறது. இப்பிரச்சினைக்காக முழு அடைப்பு, ஆர்ப்பாட்டம், குடியரசுத் தலைவர், பிரதமர், எதிர்க்கட்சித் தலைவர், ஆளுநர் என எல்லா மட்டங்களிலும் மனுக்கள் அளிப்பது, அனைத்துக் கட்சிக் கூட்டம் நடத்துவது என்று சாத்தியமான எல்லா சனநாயக வழிகளையும் கையாண்டது. 2002இல் இப்பிரச்சினை குறித்துப் பேச அனுமதி மறுக்கப்பட்டதன் காரணமாகத் திருமாவளவன் சட்டப் பேரவையிலிருந்து வெளிநடப்புச் செய்தார். புதிய தமிழகம் கட்சித் தலைவர் கிருஷ்ணசாமி சாதி வெறியர்களால் இந்த ஊராட்சிகளுக்குள் நுழைய விடாமல் தடுக்கப்பட்டார். இக் காரணத்திற்காக 2002ஆம் ஆண்டு ஆண்டிப்பட்டி இடைத் தேர்தலை விடுதலைச் சிறுத்தைகள் இயக்கம் புறக்கணித்தது. தலித் வாக்குகளை வைத்தும்கூடப் பிற கட்சிகளை நிர்ப்பந்திக்க இயலாவண்ணம் 'ஆதிக்கச் சாதிமய'மாகக் கட்சிகள் மாறிப் போய்விட்டன.

இப்போது இப்பிரச்சினையைப் பேச சில அரசியல் கட்சிகள் தலைப்பட்டுள்ளன. முன்பைவிட அதிக அளவில் பத்திரிகைகளில் இது செய்தியாக மாற்றப்பட்டுள்ளது. ஆனால் இது மட்டுமே போதாது. இப்பிரச்சினையை எதிர்கொள்ளத் தக்க கருத்தியல் தர்க்கமும் அவற்றுக்கு வேண்டும். சற்றே கீறிப் பார்த்தால் சாதியவாதிகளின் தர்க்கத்துக்கே புதிதாக பேசவந்துள்ள கட்சிகளும் வந்துசேர நேரும். இன்றைக்கு அத்தகு கருத்தியல் வலிமை அம்பேத்கரிடமும் அதற்கான போராட்ட ஆற்றல் தலித் அமைப்புகளிடமுமே அமைந்துள்ளன.

கீரிப்பட்டியில் விடுதலைச் சிறுத்தைகள் வேட்பாளருக்கு வாக்களித்த காரணத்தால் 15 குடும்பங்களை ஊரை விட்டுத் தள்ளிவைத்திருக்கிறார்கள் சாதி வெறியர்கள். அக்குடும்பங் களை இந்த இயக்கம்தான் இப்போது பராமரித்துவருகிறது. கடந்த மே 8ஆம் தேதி விடுதலைச் சிறுத்தைகள் இயக்கம் தலித் மக்களுக்கான தற்சார்பான வாழ்நிலையை அவ்வூர் களில் உருவாக்குவதைப் பற்றி விவாதிப்பதற்காக அனைத்துக் கட்சிக் கூட்டத்திற்கு ஏற்பாடு செய்தது (இக்கூட்டத்திற்குத் தமிழகத்தின் பிரதான கட்சிகள் எவையும் வரவில்லை). தலித் மக்களுக்கான சுயசார்பு மிக்க வாழ்நிலைக்கான முதல் நிபந்தனைகளில் ஒன்று நிலம். அக்கோரிக்கை இக்கூட்டத்தில் முன்வைக்கப்பட்டுள்ளது. இந்த அம்சம் தலித் அமைப்புகளால் ஏற்கனவே வலியுறுத்தப்பட்டுவந்தாலும் அதற்கான முனைப்பு இவ்வூராட்சிகளின் பிரச்சினையினூடே எழுப்பப்படுவது பொருத்தமானதாகும். இன வேற்றுமைக்கு நிகரான வேற்றுமை யாகச் சாதியப் பாகுபாட்டையும் ஐ.நா. அவை ஏற்றிருக்கிற

இந்தச் சமயத்தில் இப்பிரச்சினையை ஐ.நா. அவைக்கும் கொண்டுசெல்ல இவ்வியக்கம் தீர்மானித்துள்ளது.

●

தலித்துகள் தேர்தலில் பங்கெடுப்பதைத் தடுப்பதற்கான 'நியாய'ங்களாகச் சிலவற்றைத் தொடர்ச்சியாக இவ்வூராட்சி களின் ஆதிக்கச் சாதியினர் கூறிவருகின்றனர். கேட்பதற்கு நியாயம்போல் தோன்றும் இவ்வகையான வாதங்களில் ஒன்று: எண்ணிக்கையில் பெரும்பான்மையினராக வசிக்கும் சாதி யினரை விடுத்துச் சிறுபான்மையான எண்ணிக்கையில் வாழும் தலித்துகளுக்கு இந்த ஊராட்சிகளை ஒதுக்கியது தவறு என்பது. சாதி உணர்விலிருந்து வெளிவரும் இவ்வார்த்தைகள் இங்கு பல சனநாயக இயக்கங்களின் கருத்தாகவும் இருக்கிறது என்றால் யாராவது வியப்படையக்கூடும். பெரும்பான்மைவாதத்தை வைத்து இயக்கத் திட்டங்களை வரையறுக்கிற, போராட்டங் களை அறிவிக்கக்கூடிய பிற்போக்கான, ஏன், முற்போக்கான இயக்கங்களையேகூடப் பார்க்கிறோம். ஆனால் இந்த வாதம் அம்பேத்கர் முன்வைக்க விரும்பிய சனநாயகம் என்ற கருத் திற்கு முரணானது ஆகும். சமூகத்தில் ஆதிக்கம் செலுத்தும் சாதிகள் பெரும்பான்மையினராக இருக்கும் பட்சத்தில் அவர் களுக்குக் கூடுதலாக அரசியல் அதிகாரத்தையும் வழங்குவதன் மூலம் சாதி அதிகாரம் வலுப்படுகிறதே ஒழிய கட்டுப்படுத்தப் படுவதில்லை என்ற கருத்தின் அடிப்படையில் இப்பிரச் சினையை அவர் அணுகுகிறார்.

1919ஆம் ஆண்டில் சவுத்பரோ குழு முன் வாக்குரிமை பற்றி அளித்த அறிக்கையிலேயே அம்பேத்கரின் இக்கருத்திற் கான தோற்றத்தினைக் காணலாம்:

"இந்தியாவைப் போன்ற நாடுகளில் பல்வேறு சமூகப் பாகுபாடுகள் உண்டு என்றபோதிலும் இந்தியச் சமூகப் பாகு பாடுகள் வேறு விதமானவை... ஏனென்றால் இந்தியாவி லுள்ள சமூகப் பிரிவினைகள் அரசியலில் முக்கியத்துவம் பெறுகின்றன" என்கிறார். அட்டவணைச் சாதிகளின் கூட் டமைப்புச் சார்பாகச் சமர்ப்பிக்கப்பட்ட 'மாநிலங்களும் சிறுபான்மையினரும்' என்னும் தலைப்பிலான அறிக்கையில் அது பற்றி அவர் விரிவாகப் பேசுகிறார்: "பெரும்பான்மை யினர் மொத்த மக்கள்தொகையில் தங்களின் பங்கு விகி தத்தைக் காப்பாற்றிக்கொள்ள விரும்புவதன் நோக்கம் பெரும்பான்மையினரே என்றென்றும் பெரும்பான்மையின ராக விளங்கவேண்டும் என்பதுதான்."

பெரும்பான்மைவாதம் சாதிகளுக்கு வலிமையைக் கூட்டு கிறது என்பதோடு இவ்வாதத்தை முன்வைக்கும் சாதியினர் எப்போதும் தலித்துகள் அல்லாத பிற சாதியினரை நோக்கி இப்படிப் பேசுவதில்லை. மேலும் தலித்துகள் தேர்தலில் பங்கு பெறுவதைத் தடுப்பதற்காகவே இந்த வாதத்தினை அவர்கள் முன் வைக்கிறார்களே ஒழிய 'பிரதிநிதித்துவ நியாய'த்தின் பாற்பட்டல்ல என்பது முக்கியமானது.

இங்கு வைக்கப்படும் வாதங்களில் மற்றொன்று: காலங் காலமாக வழக்கிலிருந்துவரும் மரபுகள், பழக்கங்களுக்கு இந்தத் தேர்தல் பங்கெடுப்பு எதிரானது என்பது அக்கருத்து. இக் கருத்தின்படி சாதியமும் அடங்கி வாழ வேண்டியதும் சமூக மரபுகள்தாம். இந்துச் சமூகம் இதுபோன்று தீண்டாமை கருதி உண்டாக்கி நிலைக்கச் செய்துவிட்ட சட்டங்களை அம்பேத்கர் "சட்டபூர்வமற்ற சட்டங்கள்" என்கிறார். இந்துச் சமூகத்தின் சாதி போன்ற மரபு வழியான மனோபாவங்கள் இன்றைய சனநாயகச் சட்டநெறிகளுக்கு எதிராக இருப்பதால் அவற்றை இப்படி வகைப்படுத்துகிறார்: "இந்தியச் சட்ட இயலிலேயே முதன்முறையாகச் 'சட்டத்துக்குக் கட்டுப்படாத சட்டங்கள்' என்ற பிரச்சினையை டாக்டர் அம்பேத்கர் எழுப்புகிறார்" என்கிறார் உபேந்திர பக்ஷி ('விடுதலை என்ற நீதி' என்னும் கட்டுரை, *காலச்சுவடு* இதழ், ஜன–பிப் 2002). சனநாயக நெறியினை நிறுவக்கூடிய சட்ட விதிகளே உண்மையான பொருளில் சாதியை அழிக்கத் தக்கதாக இருக்க முடியும் என அம்பேத்கர் கருதினார். நீண்டப்படாதவர்களின் பாது காப்புக்கான இரு நிபந்தனைகளில் ஒன்றாக அரசியல் சாசன அடிப்படையிலான பாதுகாப்புகள் என்பதையே அவர் கூறு கிறார். அதோடு அரசியல் சாசனத்தின் அடிப்படை உரிமை களுக்கு முரணாக நடப்பதையே சமூக பகிஷ்காரமாகவும் பிறிதொரு இடத்தில் அவர் கூறிச் செல்கிறார்.

நாம் மேற்கொள்ளும் எந்தப் பழக்கமும் நம்மைத் தீர்மா னிப்பதாக இருக்கக்கூடாது. விரும்பும்போது மாற்றிக்கொள்ளக் கூடியதாகவோ, கைவிடக் கூடியதாகவோ இருக்க வேண்டும். ஆனால் இச் சமூகத்தில் சாதி கைவிடக்கூடியதாக இருக்கிறதா? சாதி, இங்கு வழக்கமாக, மரபாக இருக்கிறது. எனவே இந்தியச் சூழலில் சனநாயகத்துக்கான போராட்டத்தை விரும்பும் யாரும் தனக்குத்தானே தன் பழக்கங்களுக்கு எதிரான போராட்டத்தை நடத்தியாக வேண்டும். மரபு/பழக்கம் என்பவை கைவிட முடியாதவையாகவும் அதுவே பிறருக்கான உரிமையை மறுப்ப தற்கான நியாயத்தைப் பெற்றுத் தருபவையாகவும் மாறி நிற் கின்றன. இந்தியக் கிராமங்கள் அனைத்தும் இன்று இதற்கான வெளிப்படையான சான்றுகளே.

இந்தியச் சமூகத்தில் சாதிக்குரிய பாத்திரத்தையும் சாதியை மறுத்துச் செல்வதில் தடையாகவுள்ள பழைய மரபுகள், மதிப்பீடுகள் இவற்றின் பண்பையும் புரிந்துகொண்டதின் அடிப்படையிலேயே சட்டத்தின் மூலமான சனநாயக ஆட்சியை அம்பேத்கர் முன்மொழிகிறார். பல்வேறு சமூகப் பிரிவினரும் பங்கெடுத்து 'ஒத்த நோக்கு' அடிப்படையிலான அமைப்பைப் பற்றிப் பேசும் அவர், "எந்த நாளிலிருந்து இந்த அரசியலமைப்பு செயலாற்றத் தொடங்குகிறதோ, அந்த நாளி லிருந்து குடிமக்கள்மீது விதிக்கப்பட்ட எல்லாவிதமான அபராதம், வில்லங்கம், வேற்றுமை காணுதல் சம்பந்தமான நடைமுறைச் சட்டங்கள், கட்டுப்பாடுகள், ஆணைகள், மரபுகள், சட்ட விளக்கங்கள் எல்லாமே காலாவதியாகின்றன" என்று 'மாநிலங்களும் சிறுபான்மையினரும்' என்னும் தலைப்பில் பேசும்போது குறிப்பிடுகிறார். எனவே பழைய சமூக மதிப்பீடு களுடன் அரசு ஒத்திசைந்து போவது என்பது சனநாயகமற்ற தன்மைக்கு அடிபணிவதாகவே அர்த்தம் பெறுகிறது. சமத்துவப் பண்பை மறுத்துப் பல்வேறு பிரிவினரும் பங்கெடுக்க இடங் கொடுத்திராத இதுபோன்ற இடங்களில் சனநாயகத்தை நிறுவச் சட்டத்தின் ஆட்சியையே அரசு மேற்கொள்ள வேண்டும்.

பாப்பாப்பட்டி, கீரிப்பட்டி, நாட்டார் மங்கலம், கொட்ட கச்சியேந்தல் போன்ற ஊராட்சிகளில் 'தெய்வக் குத்தம்' போன்ற சமூக மரபுகளின் பெயரால் சாதிய சக்திகள் சாதியைக் கைவிட மறுப்பதும் அச்சுறுத்துவதும் அரசு அமைப்புகளையே பணிய வைத்திருப்பதும் சனநாயக மறுப்பாகும். தலித்துகளின் தேர்தல் பங்கெடுப்பு, சனநாயகம் என்பதற்கான உண்மையான உள்ளீடாக இருப்பதால் அதனை உடனடி நடவடிக்கையாக அரசு மேற்கொள்ள வேண்டும்.

காலச்சுவடு, ஜூன் 2005

செயலைப் பிரதிபலிக்கும் விமர்சனம்

காலச்சுவடு மே (2005) இதழில் 'பழக்கங்கள், மரபுகள் என்பவற்றின் குறுக்கீடு இல்லாத சட்டத்தின் பாதுகாப்பு' என்னும் பாப்பாபட்டி உள்ளிட்ட ஊராட்சிகளின் பிரச்சினை பற்றிய கட்டுரை வெளியாகி யிருந்தது. இந்த ஊராட்சிகளின் ஆதிக்கச் சாதியினர் கூறும் பெரும்பான்மைவாதம், மரபுகளின் பாதுகாப்பு என்பவற்றை எதிர்கொள்வதில் அம்பேத்கரின் சிந்தனைக்கு உள்ள தனித்துவத்தைச் சுட்டிக்காட்டுவதையே அக் கட்டுரை நோக்கமாககொண்டிருந்தது. அதோடு அப் பிரச்சினையை ஒட்டி இயக்கங்களின் செயற்பாடுகளை யும் அலசியிருந்தது. அப்படித்தான் இடதுசாரி இயக்கங் கள் பற்றிய விமர்சனமும் அதில் இடம்பெற்றிருந்தது.

காலச்சுவடு ஜூன் இதழில் சில வாசகர்களும் இடதுசாரி இயக்க ஏடுகள் சிலவும் இதற்கு எதிர்வினை ஆற்றியிருந்தனர். கலைப்பிரியனின் கடிதம் இடதுசாரி இயக்கங்களின் கடந்த காலத் தீண்டாமை எதிர்ப்புப் போராட்டங்களையும் பாப்பாபட்டி பிரச்சினையில் அக்கட்சிகள் நடத்திய உண்ணாவிரதத்தையும் சுட்டிக் காட்டியிருப்பதோடு சாத்வீகமான போராட்டத்திற்கு 'மோதல் தவிர்ப்பு' என்று நியாயமும் வழங்கியிருந்தது.

இடதுசாரி அமைப்புகள்மீது விமர்சனத்தை வைப் பதன் அர்த்தம் அவற்றின் கடந்தகால நடவடிக்கைகளை மறுப்பதல்ல. அதற்காகக் கடந்த காலத்தைச் சுட்டிக் காட்டியே நிகழ்காலத் தவறுகளுக்கான நியாயத்தைக் கோரவும் முடியாது. பாப்பாபட்டி பிரச்சினையில் இடது சாரி அமைப்புகளின் செயல்பாடுகளை அங்கீகரித்த

அக்கட்டுரை, மற்ற மைய நீரோட்டக் கட்சிகளைக் காட்டிலும் இடதுசாரிகள்மீது இப்படியான விமர்சனங்களை முன்வைத்த தற்குக் காரணமே மற்றவைகளைக் காட்டிலும் இந்த இயக்கங் களுக்குள்ள பொறுப்பைப் புரிந்துகொண்டமையால்தான்.

தலித் அரசியல் அடையாளம் முனைப்பாக உருப்பெற்றதற் கான அடிப்படைக் காரணமே சாதியப் பிரச்சினையை அணுகு வதில் இடதுசாரி அரசியலின் கொண்டிருந்த போதாமை யினால்தான் என்பது சொல்லித் தெரிய வேண்டியதில்லை. அதனால்தான் 1990களில் தலித் சிந்தனை எழுப்பிய சாதியம் பற்றிய விமர்சனங்கள், அதனை ஒட்டிய இயக்கங்களின் செயல்பாடுகள் குறித்த விவாதங்கள் இன்றும் அப்படியே இருக்கின்றன. இப்போது நடப்பது பாப்பாப்பட்டி, கீரிப்பட்டி தொடர்பான பிரச்சினை மட்டுமல்ல. சாதியப் பிரச்சினையில் அம்பேத்கரியமும் இந்திய இடதுசாரிப் பார்வையும் முரண்படும் பிரச்சினை சம்பந்தப்பட்டதும்கூட. இந்த முரணை ஒட்டித்தான் இந்த விவாதத்தினை அணுக முடியும். பாப்பாபட்டி தொடர் பான இடதுசாரிகள்மீதான விமர்சனத்தை நான் புதிதாய்க் கண்டறிந்து பேசிவிடவில்லை. தலித் தலைவர்கள் பேசியதுதான். குறிப்பாக இடதுசாரி அமைப்புகள் நடத்திய உண்ணா விரதத்தைப் பற்றிப் 'புதிய தமிழகம்' தலைவர் டாக்டர் கிருஷ்ணசாமி கடுமையாக விமர்சித்திருந்தார் (21.05.2005 சென்னை செய்தியாளர்கள் சந்திப்பு).

இந்த உண்ணாவிரதத்தால் அப்பிரச்சினைக்கு ஊடகங் களில் கூடுதல் கவனம் கிடைத்தது என்பது உண்மைதான். ஆனால் இந்த உண்ணாவிரதப் போராட்டம் நடத்துவதற்கு 19ஆம் தேர்தல் அறிவிப்புவரை காத்திருக்க வேண்டியிருந்தது. இதுவரை இது போன்ற எதிர்ப்புகளைக் காட்டாதது ஏன்? இப்போது மட்டும் வேகமாக முன்னெடுப்பதன் காரணம் என்ன?

பாப்பாப்பட்டி பற்றிப் பேசும் இடதுசாரி அமைப்பினர் தொடர்ச்சியாகத் தலித் இயக்கங்கள் அங்கு போட்டியிட்டது குறித்தோ தலித் தலைவர்கள் அவ்வூராட்சிகளில் நுழையத் தடை செய்யப்பட்டதைப் பற்றியோ பேசுவதில்லை. கவனம் பட்டி பற்றிய *இந்து* நாளேட்டின் செய்தியை ஆதாரமாக்குகிறார் வாசகர். அதே *இந்து* நாளேட்டில் இந்திய கம்யூனிஸ்ட் கட்சி யின் தேசியச் செயலர் டி. ராஜா பாப்பாப்பட்டி பற்றி எழுதி யிருக்கும் கட்டுரையில் அந்த ஊராட்சிகளில் ஏற்படுத்தப் பட்டிருக்கும் தலித் இயக்கங்களுக்கான சனநாயக மறுப்பைப் பற்றி எழுதவில்லை. பாப்பாபட்டி நரசிங்கம் மரணம் பற்றிக் குறிப்பிட நேரும்போதுகூடத் தலித் இயக்கம் ஒன்றின்

வேட்பாளர் என்பதை அவர் எழுதாமல் நுட்பமாகத் தவிர்த்துச் செல்கிறார். தலித் தலைவர்களுக்கான தடை, அமைப்புகளின் வேட்பாளர்கள் போட்டியிட முடியாத நிலை, தலித் அமைப் பொன்றின் வேட்பாளருக்கு வாக்களித்த காரணத்தால் ஊர் விலக்கம் செய்யப்பட்ட குடும்பங்கள், இவையெல்லாம் சாதி வன்முறையின் பகுதிகள்தாம். இதனைக் குறிப்பிட்டு விட்டால் சாதி வன்முறைகளைத் தலித் அமைப்புகளே எதிர்கொண்டு போராடுகின்றன என்று தேசிய அளவிலான பார்வை உருவாகி விடும் என அவை நினைக்கின்றன என்றுதான் சொல்ல வேண்டியிருக்கிறது.

நெருக்கடியோ போராட்டமோ இல்லாத ஒரு வடிவத்தைக் கையிலெடுப்பது இயக்கம் ஒன்றின் நோக்கமாயிருக்க முடியாது. இங்கு தேவை, தேர்தலில் போட்டியிடுவதும் அத்தகு நோக்கி லான சனநாயக அமைப்புகளின் கூட்டு நடவடிக்கைகளைச் சாத்தியப்படுத்துவதும்தான். இன்றைக்குக்கூட அப்பிரச்சினை யைப் பேசுவதிலோ அந்த ஊர்களுக்குள் நுழைந்து திரும்பு வதிலோ இடதுசாரி அமைப்புகளுக்கும் தலித் அமைப்புகளுக் கும் ஏற்படும் சிக்கல் ஒன்றுபோல் அமைவதில்லை. ஆதிக்கச் சாதியினர் தலித்துகளை அணுகுவதிலும் பிறரை அணுகுவதி லும் வித்தியாசம் இருக்கிறது. இருந்தும் தலித் அமைப்புகள் தான் அங்கு போட்டியிட்டன. பிற அமைப்புகள் வெறும் போராட்டங்களையே நடத்தின. இந்த அடிப்படையிலேயே இடதுசாரி இயக்கங்களின் நடவடிக்கைகளை சாத்வீகம் என்று விமர்சிக்கப்பட்டன.

இந்தப் பிரச்சினையைப் பற்றி விவாதிக்கத் தொல். திருமா வளவன் 08.05.2005 அன்று கூட்டிய அனைத்துக் கட்சிக் கூட்டத்தில் கலந்துகொள்ள அவகாசமில்லாமல் பா.ஜ.க. போட்டியிடாத இடைத் தேர்தலில் சங்கர மடம் ஆதரவளித்த தி.மு.க. கூட்டணிக்காக இடதுசாரிகள் பிரச்சாரத்தில் இருந் தார்கள். அதன் பிறகாவது இடதுசாரிகள் தலைமையிலாவது கூட்டு நடவடிக்கைக்கான முயற்சியை முன்னெடுத்திருக்கலாம். 'தலித் அமைப்புகளும் இடதுசாரி அமைப்புகளும் ஒன்றிணைந்து விடாமல் இருக்கவே கம்யூனிஸ்ட் அமைப்புகளை விமர்சிப்ப தாக' எம்மை நோக்கி எழுதுபவர்கள் இந்தப் பிரச்சினையில் கூட்டுச் செயல்பாட்டுக்காக கம்யூனிஸ்ட் அமைப்புகள் எடுத்த நடவடிக்கைகள் என்ன, அதுபோன்ற வாய்ப்புகளைத் தலித் அமைப்புகள் மறுதலித்துள்ளனவா என்பவற்றையும் நேர்மையாக விவாதிக்க வேண்டும்.

இடதுசாரி முகாம்களிலிருந்து தலித்துகள் வெளியேறு வதை ஒட்டிய சுதாரிப்பைப் பற்றிய என் கருத்து கடுமையாக

விமர்சிக்கப்பட்டிருக்கிறது. இடதுசாரி மேடைகளைப் பயன் படுத்திக்கொள்ள விரும்பும் சிலர் சொல்வதைப் போலப் பொத்தாம் பொதுவாக இடதுசாரிகளை நான் 'கரித்து'க்கொட்ட வில்லை. நியாயத்தின் அடிப்படையிலும் அரசியல் தன்னுணர் வோடும்தான் இந்த விமர்சனங்கள் வைக்கப்படுகின்றன.

அண்மைக் காலமாக இரட்டை வாக்குரிமையை மறுத்துக் கட்சிசார் ஊடகங்களில் தொடர்ச்சியாக மார்க்சிஸ்ட் கம்யூனிஸ்ட் கட்சி பேசிவருகிறது; நூல்களை வெளியிடுகிறது; கட்சியின் மாவட்டக் கிளை சார்பாகப் பிரசுரம் விநியோகிக்கப் படுகிறது. வரலாற்றுத் தவறுகள் மிகுந்த வெளியீடுகளோடு அப்பிரச்சினையைப் பற்றிப் பேசும் இக்கட்சி இக்கோரிக்கையை உடனடியாக மறுக்க வேண்டிய அவசியம் என்ன? தமிழகத் தின் பரவலான இரண்டு தலித் இயக்கங்கள் இரட்டை வாக்குரிமையை வலியுறுத்தத் தொடங்கியிருக்கின்றன என்பது தான். தலித்துகளுக்கான ஆற்றல்மிகு அரசியல் ஆயுதம் இக் கோரிக்கை. அம்பேத்கரின் தொழிலாளர்சார் போராட்டங் களைச் சுட்டிக்காட்டித் தலித் மக்களிடம் கம்யூனிஸ்ட் அமைப்பு களைப் பரிந்துரைக்கப் புறப்பட்டுள்ள அறிவுஜீவிகள் அம்பேத்கர் உருவாக்கிய சுதந்திரத் தொழிலாளர் கட்சி பற்றிய இடதுசாரி களின் பார்வையையும் அவ்வமைப்பை அவர் கைவிட்டது பற்றியும் *AISCF (1942)* என்ற அமைப்பை தொடங்க வேண்டிய அவசியம் வந்ததையும் விவாதிக்க முன்வர வேண்டும். அப்போது தெரியும் தலித்துகளின் இடதுசாரிச் சார்பும் இடதுசாரிகளின் அம்பேத்கரிய வெறுப்பும்.

இதோடு சேர்த்துத் தலித் இயக்கங்களின் தத்துவம் பற்றி யும் நில மீட்புப் பற்றியும் பிரஸ்தாபிக்கிறார்கள். தலித் இயக்கங் களுக்குத் தத்துவம் தேவைதான். அது இல்லாமல் இருக்க முடியாது. அதேவேளையில் ஓர் இயக்கத்திற்குத் தத்துவம் மட்டுமே போதாது. ஆற்றல்மிகு செயல்பாடுகளும் வேண்டும். தத்துவம் மிக்க இயக்கங்களைக் காட்டிலும் தலித் அமைப்பு களின் பல்வேறு போராட்டங்கள் முன்னகர்ந்த வண்ணம் உள்ளன. நில மீட்புப் பற்றிப் பேசுவதோடு, பஞ்சமி நில மீட்பு பற்றியும் இடதுசாரிகள் அக்கறைப்பட வேண்டும். தமிழகத்தில் எவருக்கும் முன்பாகவே அரசியல் அமைப்பை உருவாக்கியவர்கள் தாழ்த்தப்பட்ட சமூகத்தினர். சாதி மறுப்பைத் தத்துவ உள்ளீட்டோடு முன்னெடுத்தவர்கள். அதுவே பிறகு தமிழகத்தின் பிற சமூகச் சீர்திருத்த இயக்கங்களுக்கு முன் னோடியாக இருந்தது.

விமர்சனங்களைச் சுட்டிக்காட்டாமல் எல்லாவற்றையும் சகித்துக் கொண்டு நண்பர்கள் வட்டாரத்தை உருவாக்கிக் கொள்வது சரியாக இருக்க முடியாது. அதேவேளையில் விமர்சிக்கப்படுகிறோம் என்பதற்காக மாற்றான அரசியல் நடவடிக்கையைச் சாத்தியப்படுத்தாமல் இருப்பதும் சரியானதாக இருக்க முடியாது.

காலச்சுவடு, செப்டம்பர் 2005

அதிகாரம் பரவலாக்கப்பட வேண்டும்

எந்த நாளிலிருந்து இந்த அரசியலமைப்பு செயலாற்றத் தொடங்குகிறதோ அந்த நாளிலிருந்து குடிமக்கள் மீது விதிக்கப்பட்ட எல்லாவிதமான அபராதம், முட்டுக்கட்டைகள், வேற்றுமை காணுதல் தொடர்பான நடைமுறைச் சட்டங்கள், கட்டுப்பாடுகள், ஆணைகள், மரபுகள், சட்ட விளக்கங்கள் என்று எல்லாமே காலாவதியாகின்றன.

அம்பேத்கர் (அரசியலமைப்பு அவையில்)

கடந்த 10 ஆண்டுகாலமாக தேர்தல் நடத்தப்பட முடியாத பாப்பாப்பட்டி உள்ளிட்ட ஊராட்சிகளை தொடர்ந்து தலித்துக்கள் மட்டுமே போட்டியிடும் தனிப் பஞ்சாயத்துக்களாகவே நீடிப்பதற்கான அறிவிப்பை தமிழக அரசு வெளியிட்டுள்ளது. கடந்த 10 ஆண்டுகாலமும் சனநாயகத்திற்கு ஏற்பட்ட இந்த இழுக்கை எதிர்த்து விடுதலைச் சிறுத்தைகள் இயக்கம் போராடிக்கொண்டு இருக்கிறது. தமிழகத்தின் ஆளும் உரிமையை தனியுரிமைகளாககொண்ட இரு திராவிட இயக்கங்களும் இதுநாள் வரை மௌனமாக இருந்தன. தேர்தலில் ஈடுபடாத முற்போக்கான இயக்கங்களும் 'சனநாயக மறுப்பு' என்கிற இக்கேட்டை எதிர்த்து உரிமை மீட்பு பயணத்தையோ கருத்தரங்குகளையோ மாநாடுகளையோ நடத்த முயற்சிக்கவில்லை. கடைசி நேரத்தில் இப்பிரச்சனையை கண்டு கொள்வதுபோல 'களம்' இறங்கிய அமைப்புகளும் உண்ணாவிரதம், பேட்டி என்பதோடு நிறுத்திக்கொண்டன. ஆனால், விடுதலைச் சிறுத்தைகள் அமைப்பு மட்டுமே தேர்தலில் போட்டியிட்டது. இப்பிரச்சினையைப் பொறுத்த அளவில் தேர்தலில் போட்டியிடுவது மட்டுமே

தகுந்த நடவடிக்கையாக இருக்க முடியும். மேலும் இதுவே சாதி வெறியர்களின் மனநிலையை நேருக்கு நேராக சந்திப்ப தாகவும் அமைந்தது. இதுபோன்ற எதிர்ப்பை ஆதிக்கச் சாதியினரிடமிருந்து பெற்றுக்கொள்ளவோ, அதன் மூலம் சாதிபெரும்பான்மை ஓட்டுக்களை இழக்கவோ எந்த கட்சியும் விரும்பவில்லை. அம்பேத்கர் சொன்னதைப் போல் சாதி வெறியர்களால் ஏவப்படும் இத்தீண்டாமையைக் கண்டு வாளா விருந்துவிட்டனர். தலித் மக்கள் மட்டுமே போராட வேண்டிய பிரச்சினை என்பதைப்போல இதனை ஆக்கிவிட்டார்கள்.

தேர்தலில் ஈடுபட்டதற்கும் தனி ஊராட்சிகளாக நீடிக்கும் என்ற இந்த அறிவிப்பிற்கும் இடையிலான 10 ஆண்டுகளில் விடுதலைச் சிறுத்தைகள் நடத்திய போராட்டங்கள் நூலாக ஆக்கப்பட வேண்டியவையாகும். தேர்தலில் போட்டியிட தடை, மீறிப் போட்டியிட்டதால், ஊருக்குள் அனுமதிக்கப் படாத வேட்பாளர்கள், தலித் தலைவர்களை ஊருக்குள் அனுமதிக்காமை, அரசின் எந்த அறிவிப்பையும் செல்லாத தாக்குவது, போட்டியிட்டவர்க்கு வாக்களித்ததால் ஊர்விலக்கம் செய்யப்படும் குடும்பங்கள், ஆதிக்கச் சாதியினர் தங்கள் ஏவலாக நிற்கவைத்துத் தலைவரானவரை அடுத்த நிமிடத்தி லேயே ராஜினாமா செய்யவைத்தல், போட்டியிட்டவர் மரண மடைதல் என்று இவ்விடங்களில் ஏராளமான பிரச்சினைகள் உருவாயின. இதற்கிடையே விடுதலைச் சிறுத்தைகள் இயக்கம் ஆர்ப்பாட்டங்கள், முழு அடைப்பு, அனைத்துக் கட்சிக் கூட்டங்கள், குடியரசுத் தலைவர், பிரதமர் மற்றும் தேசிய கட்சிகளிடம் முறையீடு, அறிக்கைகள், சுவரொட்டிகள் என்று பல்வேறு போராட்டங்களை முன்னெடுத்தன. அதன் பின்னரே இப்பிரச்சினை பரவலான ஊடக கவனத்தைப் பெற்றது.

இன்றைக்கு இவ்வியக்கம் நடத்திய போராட்ட அழுத்தத் திற்கு பின்னரே தனி ஊராட்சிகளாகவே நீடிக்கும் என்றும் அறிவிப்பு வெளியாகியுள்ளது. பொதுத் தொகுதிகளாக மாற்ற வில்லை என்பது பகுதியளவிலான முன்னேற்றம்தான். அதனையே தமிழக அரசு சாதனையாக்கிக் கொள்ள முடியாது. தலித் மக்களுக்கு எவ்வித அச்சுறுத்தலும் ஏற்படாமல் பார்த்துக் கொள்வதிலும் தலித் இயக்கங்கள் சுதந்திரமாகத் தேர்தல் பணியை முன்னெடுக்க உதவுவதிலும்தான் இதன் வெற்றி அடங்கி நிற்கிறது. 'வெற்றிபெற்று வரும் தலைவர்களுக்கு பாராட்டு விழா நடத்தும் நிலைவர வேண்டும்' என்ற முதல்வர் கருணாநிதியின் கூற்று செயலாக மாறவேண்டும் என்பதே தலித் மக்களின் விருப்பம். நடக்கவிருக்கும் தேர்தலில் சாதி

இந்துக்களின் கட்டுப்பாட்டுக்குக் கீழ்ப்படியும் வேட்பாளர்களை நிராகரிக்கும் உரிமையும், விரும்பிய வேட்பாளரைத் தேர்ந் தெடுக்கும் சுதந்திரமும் ஒடுக்கப்பட்ட மக்களுக்குச் சாத்திய மாகும்போதுதான் தமிழக அரசின் இந்த அறிவிப்பு அர்த்த முள்ளதாக மாறும்.

ஏனெனில், கடந்த அ.தி.மு.க. ஆட்சியில் தமிழக அரசு சார்பில் அமைக்கப்பட்ட உயர்மட்டக் குழுவினை இந்த ஊராட்சியின் ஆதிக்க சாதியினர் பொருட்படுத்தவில்லை. உயர்மட்ட குழு 'ஒன்றும் செய்யாமல்' திரும்பி வந்தது. இதுபோன்ற எச்சரிக்கையினை அரசு கவனத்தில்கொள்ள வேண்டும். அதேபோல இந்த அறிவிப்பிற்காக தி.மு.க. அரசு பெருமைப்படவோ தலித்துக்களுக்காக 'அதனை செய்தோம் இதனை செய்தோம்' என்று சொல்லிக் கொள்ளவோ எதுவு மில்லை. ஏற்கனவே நடத்தப்பட்டிருக்க வேண்டிய ஒன்றையே அரசு நடத்த முன்வந்துள்ளது. உண்மையில் இந்த இழிநிலைமை 10 ஆண்டு காலம் நீடித்ததற்காக கடந்த காலங்களில் ஆண்ட அரசுகளும் கட்சிகளும் பொது சமூகமும்தான் வெட்கப்பட வேண்டும்.

உள்ளாட்சித் தேர்தல் வேளையில் தலித் மக்களின் பிரச் சினைகள் இன்னும் ஏராளமாக பெருகி நிற்கின்றன. பொது வாகக் கவனத்துக்கு வந்தவை மேலவளவு, பாப்பாப்பட்டி போன்ற சில ஊர்களின் பிரச்சினைகள் மட்டுமே. உள்ளாட் சித் தேர்தல்களில் அதிகார பங்கீடு என்பது சாதிய மரபை குலைப்பதாக மாறுவதால் தலித்துக்கள் கடும் பிரச்சினையை சந்திக்க வேண்டியவாகளாய் இருக்கிறார்கள். 1997, 2000 ஆகிய ஆண்டுகளின் உள்ளாட்சித் தேர்தலின்போது நடந்த மோதல் களை உற்றுக் கவனித்துப் பார்த்தால் அவைகளில் பெரும்பாலும் தலித்துக்கள் மீது சாதிவெறி காரணமாக ஏவப்பட்ட தாக்குதல் களாக இருப்பதைக் காணமுடியும். சான்றாக இத்தேர்தல் காலங்களில் தமிழ்ப் புலனாய்வு இதழ்களில் வெளியான தேர்தல் மோதல்களைப் பற்றிய செய்திகளை ஊன்றிபடிக்கும் போது இதனை உணரலாம். சாதியப்பாகுபாடு வெளிப்படை யாகவும், நெருக்கமாகவும் கிராமங்களில் செயற்படுகிறது. சாதியின் காரணமாக அடக்கப்பட்டுக் கிடந்தவர்கள் சனநாயக வாய்ப்பு ஒன்றினைப் பயன்படுத்தி அடிமைத் தளத்திலிருந்து விடுபட முனையும்போது கிராமங்களின் சாதிய மையம் அதிர்ச்சி அடைவதோடு அம்மக்கள் அதிகார பிரதிநிதித்துவத் தில் பங்கேற்பதைச் சாதி சமூகம் எளிதாக ஏற்றுக்கொள்வ தில்லை.

தேர்தல் அறிவிக்கப்பட்ட உடனே ஒவ்வொரு கட்சிகளும் வெற்றி தோல்விக்கான வாய்ப்புகளையும், பண பலம், சாதி பலம், கூட்டணி பலம் ஆகியவற்றையும் கணக்கிட தொடங்கி யுள்ளன. ஆனால் தலித் மக்களும் இம்மக்களை பிரதிநிதித்துவப் படுத்தும் தலித் இயக்கங்கள் பல்வேறு நுட்பமான பிரச்சினை களை எதிர்கொண்டு போராட வேண்டியவர்களாய் இருக் கிறார்கள். ஏனெனில் இம்மக்களுக்குத் தேர்தல் என்பது அதிலும் உள்ளாட்சித் தேர்தல் என்பது கடைசி மனிதனுக்கும் அதிகார பரவலாக்கத்தைக் கொண்டுசேர்க்கின்ற ஒன்று. எனவே அரசிடம் பாரபட்சமற்ற தேர்தல் முறையை வலுவாக வலி யுறுத்த வேண்டிய நிலையில் இம்மக்கள் இருக்கிறார்கள்.

கடந்த உள்ளாட்சித் தேர்தல் கசப்பான அனுபவங்களை தந்துள்ளன. வேட்புமனுத் தாக்கலுக்கு அச்சுறுத்தல், தேர்தலில் வெற்றிபெறும் பட்சத்தில் படுகொலை செய்தல் (மேலவளவு), தலித் ஒருவர் தலைவராக இருக்கும் பட்சத்தில் அவரைத் தள்ளி வைத்துவிட்டுப் பஞ்சாயத்து நடத்துதல் (செஞ்சி தச்சம் பட்டு), பொது ஊராட்சிகளில் சாதகமாக வாக்களிக்காத தலித்துக்கள் மேல் தாக்குதல் அதிலும் தலித் பெண்கள் தலைவ ராகிவிட்டால் சுதந்திரமாக செயல்பட முடியாத நிலைமை, பொதுத் தொகுதியில் தலித்துக்கள் போட்டியிடுவதைத் தடுக்க 'கிராம அமைப்பு' எனும் பெயரில் ஏலம் விடுதல் (2001 உள்ளாட்சித் தேர்தலில் உசிலம்பட்டி பகுதியில் பத்துக்கும் மேற்பட்ட கிராமங்களில் தலைவர் பதவிகள் ஏலம் விடப் பட்டன) பல்வேறு கட்சி சார்பாக தேர்ந்தெடுக்கப்பட்ட தலித் பிரதிநிதிகளுக்குக் கூட உரிய மரியாதை அளிக்கப்படா திருத்தல் போன்ற அனுபவங்கள் இன்னும் சொல்லப்படாமல் இருக்கின்றன.

இதுபோன்ற பிரச்சினைகள் இப்போதும் எழ வாய்ப்புகள் உள்ளன. பொதுவாக எழுதப்படாத சட்டங்களாக உள்ள கிராம அமைப்பு, நாடு எனும் கட்டமைப்பு, சாதிக் கட்டுப்பாடு கள் முழுமையாக தடைசெய்ய வேண்டும் என்பது ஒருபுற மிருக்க, மறுபுறமாக ஊர் அமைப்புகள் தலையிட இயலா வண்ணம் சட்டத்தின் ஆட்சி இக்கிராமங்களில் முழுமை யாக்கப்பட வேண்டும். இவைகள் தலித்துக்களின் சுயாட்சித் தன்மைகளை பாதிக்காதவாறு வலுவிழக்க செய்ய வேண்டும். அதற்கான கண்காணிப்பை அரசாங்கம் செய்தால் மட்டுமே தலித் மக்கள் சுதந்திரமாக செயற்பட முடியும்.

தலித் தலைமைத்துவம், பிரதிநிதித்துவம், அரசியல் பங் கேற்பு போன்றவற்றைக் கணக்கில் கொள்ளாமல் சாதிவாரி யான எண்ணிக்கை அடிப்படையில் மட்டுமே இடங்கள்

அறிவிக்கப்பட்டு வருகின்றன. இப்போக்கு தலித்துக்களுக்குச் சனநாயகத்தைக் கொண்டுசேர்க்கும் முறையல்ல. அம்பேத்கரின் கருத்தும்கூட இதுவல்ல எனினும், சாதிவாரியான ஒதுக்கீட்டிலும் ஓரவஞ்சனை செய்யப்படுகிறது. எண்ணிக்கை அடிப்படையில் தலித்துக்கள் கூடுதல் தொகையுள்ள சென்னை போன்ற அதிகார மைய நகரங்கள் தலித்துக்களுக்கு ஒதுக்கப்படுவதில்லை. அதேபோல உள்ளாட்சித் தேர்தலை ஒட்டித் தமிழக அரசு செய்துள்ள மாநகராட்சி, நகராட்சித் தலைவர்கள் நியமனத்தில் மறைமுக வாக்கெடுப்பு, மக்களுக்கு விலக்களிப்பது போன்ற அறிவிப்புகள் ஒடுக்கப்பட்டோர், சிறுபான்மையினர், பெண்களின் நலனுக்கு எதிரானது. தற்போதுள்ள நடைமுறைகளில் குறைபாடுகள் இருக்குமானால் அதனைச் சரிசெய்ய மக்களின் தேர்ந்தெடுக்கும் உரிமையைப் பலிகொடுப்பது சரியானதல்ல.

இன்றைய தேர்தல் முறையில் நடக்கும் குளறுபடிகளுக்காகத் தேர்தலே தேவையில்லை என்று நம் அரசியல்வாதிகள் யோசிப்பதில்லை. தங்களுக்கு லாபம் தராத எதனையும் இப்படி மக்களின் விருப்பத்திற்கு எதிராக மாற்றியமைப்பது சனநாயக முறையல்ல. மக்களால் தேர்ந்தெடுக்கப்படும் முறை நிறுத்தப்படுவதால் பணம் கொழுத்தவர்களும், ஆதிக்கச் சாதியினரும் அரசியல்வாதிகளுமே பயன்பெற முடியும். அவர்களோடு போட்டி போட முடியாத எளிய மக்களின் பிரதிநிதிகளுக்கு அறவே அதிகாரம் மறுக்கப்படும். இந்நிலையில் மாநகராட்சி, நகராட்சித் தலைவர்களை மக்களே நேரடியாகத் தேர்ந்தெடுக்கும் முறையே தொடர வேண்டும்.

அதேபோல தலித்துக்கள் சுதந்திரமாக வாக்களிக்க வகை செய்தல், பொது ஊராட்சிகளில் போட்டியிடும் தலித்துகளுக்கு பாதுகாப்பு அளித்தல், தேர்தலில் விரும்புகிறவர்களுக்கு வாக்களிக்கும் சுதந்திரம், பிரச்சினைக்குரிய பகுதிகளில் வெற்றிபெறும் தலித் தலைவர்களுக்கு பாதுகாப்பு அளித்தல், வன்முறையில் ஈடுபடுவோர் மீது ஆதிதிராவிடர் மற்றும் பழங்குடியினர் பாதுகாப்புச் சட்டத்தின் கீழ் கடுமையாக நடை வழக்கை எடுத்தல், பெண்கள் மற்றும் தலித் பெண்கள் வாக்களிப்பதற்கான உரிமையையும் பணி செய்வதற்கான வாய்ப்பையும் உருவாக்குதல் என்று தொடர்ச்சியாகத் தலித் மக்களுக்கு எதிரான பிரச்சினைகளைத் தடுக்கச் சட்டம் வழங்கியுள்ள வழிகளை அரசு நடைமுறைப்படுத்தவேண்டும். பல ஊர்களில் 'பொதுக் கட்டுப்பாடு' என்னும் பெயரில் தலித் தலைவர்களின் வருகையும் இயக்கக் கொடியும் மறுக்கப்படுகிறது. தங்களுக்கான இயக்கங்களைத் தேர்வு செய்துகொள்ள இம்மக்களுக்கு முழு உரிமை

யுண்டு. பாப்பாப்பட்டிப் பிரச்சினையை ஒட்டி உசிலம்பட்டிப் பகுதியில் தலித் இளைஞர்கள் அணிந்த சிறுத்தை படம் போட்ட பனியன் அணியவும் தொல். திருமாவளவனின் படம் அச்சிட்ட சுவரொட்டி ஒட்டிய தலித் இளைஞர்கள் அச்சுறுத்தப்பட்டதை யும் மறந்துவிட முடியாது எனவே தேர்தல் வேளைகளில் தலித் பகுதிகளில் சுதந்திரமாக இயக்க கொடிகள், தலைவர் களின் படங்கள், சின்னங்கள் ஆகியவற்றை வைத்துக்கொள்ள முழு உரிமை வேண்டும். இதுபோன்ற தருணங்களில் காவல் துறை தலித் பிரச்சினைகளில் நியாயமாக நடந்துகொள்ள வேண்டும். தலித் இளைஞர்கள் மீது பொய் வழக்குகள் பதிவதை யும் ஆதிக்கச் சாதியினருக்குச் சாதகமாக நடப்பதையும் நிறுத்த வேண்டும். ஏனெனில் சாதி தீண்டாமை ஒழிந்து அதிகாரம் பரவலாக்கப்பட ஒடுக்கப்பட்ட சமூகத்தினர் அதிகாரம் உள்ளவர்களாக மாற வேண்டும்.

நமது தமிழ்மண், செப்டம்பர் 2006

பாப்பாப்பட்டி உள்ளிட்ட 4 ஊராட்சிகளில் தேர்தல்: விடுதலைச் சிறுத்தைகள் வியர்வையின் வெற்றி

> இதரச் சமூகத்தவர்களும் சமயத்தவர்களும், இச்சமூகத்தவர் (தாழ்த்தப்பட்டோர்) முன்னேற்றத்தை நாடிச் செய்து வந்திருப்பது தன்னயத் தேட்டமே. இச்சமூகத்தவர்கள் தங்கள் இடைவிடா முயற்சியால் விருத்திபெற்று வரு கிறார்கள்.
>
> – இரட்டைமலை சீனிவாசன்
> (ஜீவிய சரித்திர சுருக்கம் என்னும் வாழ்க்கை வரலாற்று நூலின் முகவுரையில்)

பாப்பாப்பட்டி, கீரிப்பட்டி, நாட்டார்மங்கலம், கொட்டகச்சியேந்தல் ஆகிய ஊராட்சிகளில் 10 ஆண்டு களுக்குப் பிறகு பஞ்சாயத்து தேர்தல்கள் நடைபெற்றிருப்ப தோடு, அவ்வூராட்சிகளில் பொறுப்பேற்றிருக்கும் தலைவர் களுக்குத் தமிழக அரசு சமத்துவப் பெருவிழா எடுத்துப் பாராட்டி அவ்வூராட்சிகளுக்குக் கூடுதல் நிதியினையும் அறிவித்துள்ளது. 10 ஆண்டுகளுக்கு முன் நடத்தப்பட முடியாத தேர்தல் இப்போது நடத்தப்பட்டது எவ்வாறு? நடத்தப்பட்டதற்கான காரணம் என்ன? இதற்கிடையில் நடந்தது என்ன? எனும் ஆய்வு தேவைப்படுகிறது. அத்தகைய ஆய்வு தமிழகத்தில் கடந்த 15 ஆண்டுகளில் எழுந்துள்ள முனைப்பான தலித் எழுச்சியையும் தலித் இயக்கங்களின் போராட்டச் சூழலையும் காட்டுகிறது. குறிப்பாகப் பாப்பாப்பட்டி போன்ற அச்சுறுத்தல் மிகுந்த சாதி எதிர்ப்புக்களத்தில் பாடாற்றிய விடுதலைச்

சிறுத்தைகள் அமைப்பின் போராட்ட நடைமுறைகளை விளக்கு கிறது.

தற்போது நடந்த ஊராட்சித் தேர்தலில் அரசு தனிக்கவனம் செலுத்தி சுழற்சிமுறையில் பொது ஊராட்சிகளாக மாற்றாமல் தீவிர கண்காணிப்புடன் தேர்தலை நடத்தித் தன் கடமையை சரி செய்துள்ளது. ஊடகங்களும், அரசியல்கட்சிகளும், மக்களும் பார்வையாளர்களாக இருக்கத் தேர்தல் நடந்தேயாக வேண்டிய நிலைமை ஏற்பட்டது. இத்தகைய நிலைமை உருவாக விடுதலைச் சிறுத்தைகளின் போராட்ட அணுகுமுறையே அடிப்படைக் காரணம். போராட்டம் எனும்போது இன்றைய அரசியல் கட்சிகள் நடத்தும் பெயரளவிலான வெற்றுப்போராட்டமாக இதனைக் கருதக்கூடாது. பல ஆண்டுகளாகச் சமூகத்தால் பாதுகாக்கப்பட்டுவரும் பாகுபாடுகளை எதிர்க்கும் போராட்டம் அதனளவில் மற்றவற்றிலிருந்து மாறுபட்டவையாகும். அதற் காகக் கொடுக்கப்படும் விலை, உழைப்பு, உத்திகள் மதிப்பிடப் படமுடியாதவையாகும். அதிலும் தலித் அமைப்பு பொதுச் சமூகத்தின் எண்ணங்களுக்கு மாறான போராட்டத்தைத் தனியாக தொடர்ந்து முன்னெடுப்பது தீவிரமானதாக இருப்பதை உணர வேண்டும். இதுபோன்ற தேர்தல் நடத்தப்பட்டதாலேயே அவ்வூராட்சிகளிலோ வேறெங்குமோ சிக்கல்களே இல்லாமல் போய்விட்டது என்பது அர்த்தமல்ல, மாறாக சனநாயகத்துக் கான போராட்டத்தில் இது ஒரு படிநிலை வெற்றிதான். சாதி ஒழிப்பு என்பது கடைசியிலும் கடைசிவரை போராட்டம் வேண்டுகிற வடிவமாகும். எனவே இறுதிநிலை வரை போராடுவதே மாற்றத்திற்கு இட்டுச்செல்லும் என்பதை உணர்ந்தே இந்த ஊராட்சிகளின் வெற்றியை கொண்டாட வேண்டியுள்ளது. கடந்த 10 ஆண்டுகால போராட்டங்களின் பயனை தமிழக முதல்வருக்கு ‘சமத்துவ பெரியார்’ என்னும் அடைமொழியாக தொல் திருமாவளவன் அளித்திருக்கிறார். எனவே இதையும் போராட்ட பார்வையில் பிறந்த ஒன்றாகவே பார்க்கவேண்டும்.

ஒரு இயக்கம் உருவாவதற்கான நியாயம் சமூகத்தில் இருக்க வேண்டும். சமூகத் தேவையின் அடிப்படையிலேயே இயக்கம் உருவாகிறது. தமிழ்ச் சமூகத்தின் சாதி முரண்பாடுகள் எதன் பேராலும் தீர்க்கப்படமுடியவில்லை எனும் நிலைமையில் எதன் பெயரால் ஒடுக்கப்பட்டனரோ அதன் பெயரிலேயே இயக்கமாகும் போக்கை தலித்துக்கள் முன்னெடுத்துள்ளனர். தமிழ்ச் சமூகத்தில் கட்சிகளும் தலைவர்களும் ஏராளமாய் உண்டு எனினும் ஒடுக்கப்பட்டோர் தலைமையிலான இயக்கம் உருவானது ஏன்? எந்த இயக்கமும் தலைவரும் சாதி முரண்பாடு

களைப் பிரதானப் பிரச்சினையாகக் கருதவில்லை அல்லது கருதுவதுபோல நடித்தன இதன் பின்னணியில் தலித் மக்களின் எண்ணங்களை பிரிதிபலிப்பதாக விடுதலைச் சிறுத்தைகள் மற்றும் பிற தலித் இயக்கங்கள் பரிணமித்தன. எக்காரணங்களுக் காக தோன்றியதோ அக்காரணங்களுக்காகப் போராடுவதன் மூலமே ஒரு இயக்கம் தன் இருப்பை நியாயப்படுத்திக்கொள் கிறது. விடுதலைச் சிறுத்தைகளின் இயக்கமும் தான் தோன்றி யதற்கான காரணங்களுக்காக போராடியது என்பதையே இத்தேர்தல் நிரூபித்துள்ளது. பல்வேறு தளங்களிலான பிற செயல்பாடுகளையும் முன்னெடுக்கவேண்டியதை உணர்ந்திருக் கும் அவ்வியக்கம் தன் வரலாற்றுத் தேவைகளையும் மறக்க வில்லை.

தனிநபர்களுக்காகவும், தனிப்பட்ட தேவைகளுக்காகவும் கட்சிகள் தொடங்கப்பட்டு வரும் சூழலில் பிராமணரல்லாத அசியல் இயக்கத்திற்கு பிறகு மக்களின் எண்ணங்களைப் பிரதிபலிப்பதாக உருவான இயக்கங்கள் தலித் இயக்கங்களே. விடுதலைச் சிறுத்தைகள் அமைப்புத் தேர்தல் புறக்கணிப்பு அரசியலை முன்னெடுத்த காலத்திலேயே மேலவளவு முருகேச னுக்கு துணை நின்றது. மேலவளவு முருகேசன் உள்ளிட்ட 6 பேர் சாதிவெறியர்களால் வெட்டிக் கொல்லப்பட்டபோது தமிழகமே மௌனமாய் இருந்தது, அப்பிரச் சினையை மையப் படுத்திப் போராடி அக்கொடூரத்தை வெளிக்கொணர்ந்தது விடுதலைச் சிறுத்தைகள் கட்சி. ஆனால் இந்தச் சமூகம் வெட்கப்படாமல் இயங்கிக் கொண்டேயிருந்தது.

தேர்தலில் ஈடுபடத் துவங்கியது முதலே விடுதலைச் சிறுத்தைகள் அமைப்பு பாப்பாப்பட்டி, கீரிப்பட்டிப் பிரச்சனை யில் கவனம் செலுத்திவந்ததை அறியமுடிகிறது. ஒரு முக்கிய மான வேறுபாட்டை இங்கே சொல்ல வேண்டும். விடுதலைச் சிறுத்தைகள் அமைப்பின் போராட்டங்கள் பலவும் கிராமப் பகுதிகளின் ஆதிக்கங்களை எதிர்த்ததாகவே அமைந்திருந்தன. சாதியம் நெருக்கமாகவும் தீவிரமாகவும் காப்பாற்றப்படும் கிராமங்களில் சாதி ஒழிப்பைப் பேசுவதுதான் புரட்சிகரமான செயற்பாடு. அதனாலேயே பலரையும் அவ்வியக்கம் இழந்தது. இந்தப் போக்கைக் கடந்த 100 வருடத் தமிழக அரசியல் வரலாற்றில் முக்கியமானதாக குறிப்பிடத்தோன்றுகிறது. 1990களில் நடத்தப்பட்ட மண்ணுரிமைப்போர்கள், பொதுச் சொத்தில் ஏலம் கேட்டல் போன்றவை கிராமத்தின் சாதிய அமைப்பிற்கு எதிரானதேயாகும்.

கடந்த 10 ஆண்டுகளில் வேட்பு மனுத்தாக்கல் செய்யாமல் தடுத்தல், அச்சுறுத்தல், ராஜினாமா செய்ய வைத்தல் என்று

தேர்தல்கள் இங்கு தடுக்கப்பட்டன. இப்பிரச்சினை விடுதலைச் சிறுத்தைகளின் கவனத்திற்கு வந்த பின்பு நேரடியாக வேட் பாளரை போட்டியிட வைத்தது. இப்போக்கு அங்கிருந்த ஆதிக்கச் சாதியினருக்குக் கோபத்தை உருவாக்கியது. இது போன்ற கோபம் தங்கள் கட்சிக்கு ஓட்டை பெற்றுத்தராது என்று தமிழக அரசியல் கட்சிகள் மௌனமாய் இருந்துவிட்டு. வேட்பாளரை நிறுத்தாமல் இருந்தன. ஆனால் அங்கு வேட் பாளரை நிறுத்துவது மட்டுமே சரியான நடவடிக்கையாக இருக்க முடியும் என்னும் சூழலில் அத்தகைய துணிச்சலை விடுதலைச் சிறுத்தைகள் இயக்கம் வெளிப்படுத்தியது. அதிமுக ஆட்சிக்காலத்தில் திருமாவளவன் சட்டமன்றத்தில் தொடர்ந்து குரலெழுப்பினார். தாம் கலந்துகொண்ட பல்வேறு கூட்டங் களில், கருத்தரங்குகளில், மாநாடுகளில், எழுத்துக்களில், நேர் காணல்களில் என்று தொடர்ந்து இப்பிரச்சினையைப் பேசி ஊடக கவனத்தையும், பிற கட்சிகளின் கவனத்தையும் திருப்பினார். விடுதலைச் சிறுத்தைகள் இயக்கத்தின் சார்பாகப் பல்வேறு போராட்டங்கள் நடத்தப்பட்டதோடு. தமிழகத்தின் சிறுசிறு தலித் அமைப்புகளும் தத்தம் வலிமைக்குட்பட்டு போராட்டத்தை முன்னெடுத்தன. இதன்பிறகே கம்யூனிஸ்டுகள் இப்பிரச்சினையில் தீவிரம் காட்டி 2005இல் உண்ணாவிரத போராட்டம் நடத்தினர். மற்ற எந்த அமைப்புகளும் இப் பிரச்சினைப் பற்றி பேசவோ போராடவோ முன்வரவில்லை. விடுதலைச் சிறுத்தைகளின் போராட்டங்களை 'இந்து' போன்ற ஆங்கில ஏடுகள் மட்டுமே சுட்டிக்காட்டிவந்தன. இன்றைக்கு அரசு விழா எடுத்தமையைப் பற்றி குறிப்பிடும் ஊடகங்கள் அதற்காகப் போராடிய விடுதலைச் சிறுத்தைகள் இயக்கத்தைப் போதுமான அளவிற்கு அடையாளம் காட்டவில்லை. அந்த வகையில் இப்பிரச்சினைக்காக அவ்வியக்கம் எடுத்து நடத்திய போராட்டங்கள் சிலவற்றை வரிசைப்படுத்தலாம்.

- *2002*ஆம் ஆண்டு ஏப்ரல் *8*ஆம் நாள் இவ்வூராட்சிகளில் தேர்தல் நடைபெறுவதாக அறிவித்தபோது, அச்சுறுத்தல் காரணமாக யாரும் வேட்புமனு தாக்கல் செய்யவில்லை. இதில் பாப்பாப்பட்டியில் போட்டியிட கரையாம்பட்டி சுப்பன் (வயது *32*) தயாராய் இருந்ததால் அவருக்கு இருக்கும் அச்சுறுத்தலை விளக்க திருமாவளவனோடு சுப்பன் அன்றைய முதல்வரை சந்திக்க அனுமதி கேட்ட போது அனுமதி கிடைக்காமல் போனது. அப்போதே கீரிப்பட்டியில் பூங்கொடியன் போட்டியிட முன்வந்தார்.

- *26.03.2002*இல் புதிய தமிழகம் தலைவர் டாக்டர் கிருஷ்ண சாமி அவ்வூராட்சிகளுக்குச் செல்ல மதுரையிலிருந்து

புறப்பட்டுச் சென்றபோது வாலாந்தூர் அருகே அவர் கார் தாக்கப்பட்டது. அதேபோல விடுதலைச் சிறுத்தைகளின் வேட்பாளர்கள் மீதும் அந்த ஊர்களில் செருப்பும் கற்களும் வீசப்பட்டன. மாவட்ட ஆட்சித்தலைவரும் காவல் துறையினரும் இருக்கும்போது இவை நடைபெற்றன என்றாலும் நடவடிக்கை ஏதும் எடுக்கவில்லை. பிறகு டாக்டர் கிருஷ்ணசாமி மற்றும் வேட்பாளர்கள் மீதான தாக்குதலுக்கு விசாரணைக்கோரியும் பாதுகாப்புகோரியும் மதுரை மாவட்ட ஆட்சியரைச் சந்தித்தனர்.

- 23.01.2002இல் சென்னையில் இப்பிரச்சினக்காக அனைத்துக் கட்சிக்கூட்டம் ஒன்றை திருமாவளவன் ஒருங்கிணைத்தார். அப்போது நடைபெற இருந்த வாணியம்பாடி, சைதாப் பேட்டைத் தேர்தலை புறக்கணிக்கவும் அவ்வியக்கம் துணிந்தது. 2002ஆம் ஆண்டு நடந்த ஆண்டிப்பட்டித் தேர்தலை விடுதலைச் சிறுத்தைகள் புறக்கணித்தனர். பிப்ரவரி 1 முதல் 19ஆம் நாள் வரை தொடர்ந்து விடுதலைச் சிறுத்தைகள் பிரச்சார இயக்கம் நடத்தியது. தமிழகம் முழுக்க சுவரொட்டிகள் ஒட்டப்பட்டன. எப்போதுமே விடுதலைச்சிறுத்தைகளின் சுவரொட்டியும் அதில் திருமாவளவனே வடிவமைக்கும் வாசகமும் இடம்பெற்று அதுவே போராட்ட கருவியாய் மாறிவிடும். இப்போதும் அதுபோலவே “ராமனின் செருப்பு ஆண்ட பாரதத்தில் சேரிக்காரன் ஒரு ஊராட்சியை ஆளக்கூடாதா?” எனும் முழக்கமடங்கிய சுவரொட்டிகள் புதிய போராட்ட உத்தியாக பரிணமித்தது.

- 04.02.2002இல் பாப்பாப்பட்டி பிரச்சினைக்காக மதுரை அண்ணா பேருந்து நிறுத்தத்தில் தொல். திருமாவளவன் தலைமையில் அனைத்துக்கட்சி ஆப்பாட்டம் நடந்தது. அனைத்துக்கட்சிக் கூட்டம், ஆர்ப்பாட்டம் பற்றி தனியே சொல்ல வேண்டும். தமிழகத்தின் பிரதான கட்சிகள் முதல் சிறிய கட்சிகள் வரை அனைத்துக்கட்சி கூட்டத்திற்கு அழைப்பு விடுத்தும் பெரிய கட்சிகள் ஏதுவும் எப்போதும் கலந்துகொண்டதில்லை. இந்த ஊராட்சிகளின் மீது அக்கட்சிகளுக்கு இருக்கும் அக்கறையின்மையையும் விடுதலைச் சிறுத்தைகள் மீதிருக்கும் தீண்டாமை மனோபாவத்தினையுமே இப்போக்கு வெளிப்படுத்தியது. ஆனால் சிறிய கட்சிகள் கலந்துகொண்டதை வரவேற்கலாம். என்றாலும் இப்பிரச்சினைக்காக தலித் அமைப்பு ஒன்று ஏற்பாடு செய்யும் கூட்டத்திற்காக வந்தார்களே ஒழிய தனித்து எதையும் செய்யும் துணிச்சலை அவர்களும்

பெற்றிருக்கவில்லை. தலித் அமைப்புகள் ஏற்பாடு செய்த கூட்டங்களில் பேசிச் செல்லுவதன்மூலம் நாங்களும் அப்பிரச்சினையை பேசினோம் என்று சொல்லிக்கொள்ள முடியும். இதிலும் தலித் அமைப்புகளுக்கும் பிற அமைப்பு களுக்கும் நிலைமை ஒன்றுபோல் இருப்பதில்லை என்பதை கவனிக்கவேண்டும்.

➤ விடுதலைச் சிறுத்தைகளின் வருகைக்கு முன் தேர்தலே நடைபெறாமல் இருந்த நிலைமை மெல்ல மாறியது. விடுதலைச் சிறுத்தைகள் பாப்பாப்பட்டியிலும் கீரிப்பட்டி யிலும் வேட்பாளர்கள நிறுத்தியதால் அதுவரை வேட்பு மனுவையே தாக்கல் செய்யவிடாத ஆதிக்க சாதியினர் தங்களுக்கு கட்டுப்பட்ட கருத்த கண்ணனையும், அழகரை யும், நிற்க வைத்து வெற்றிபெறவும் வைத்து பொறுப்பேற்ற 5 நிமிடத்திலேயே ராஜினாமா செய்ய வைத்தனர். இங்கு வேட்பாளர்களை நிறுத்தியது என்பதற்கு கிடைத்த சாதக மான முடிவாகும்.

➤ 2002 மே மாதம் இது தொடர்பாக டெல்லிக்கு சென்ற தொல். திருமாவளவன் 16.05.2002இல் அப்போதைய பிரதமர் வாஜ்பேய், 17.05.2002இல் எதிர்க்கட்சி தலைவர் சோனியா காந்தி, ஊரக வளர்ச்சித்துறை அமைச்சர் வெங்கையா நாயுடு, தேசிய எஸ்சி/எஸ்டி ஆணையத்தின் உறுப்பினர் செல்லப்பன், மனித உரிமை ஆணையத்தின் பதிவாளர் வர்மா, மற்றும் ராம்விலாஸ் பஸ்வான், பூட்டாசிங், ராம்தாஸ் அத்வாலே ஆகியோரிடம் இவ்வூராட்சிகளின் நிலைமையை விளக்கி மனுக்கள் அளித்தார். அதே ஆண்டில் டெல்லியில் உருவான தேசிய தலித் ஐக்கியப் பேரவைக்கூட்டத்தில் தன் பேச்சினூடாக தொல். திருமா வளவன் இப்பிரச்சினையை சுட்டிக்காட்டினார். தொல். திருமாவளவன் தான் கலந்துகொண்டு பேசும் கூட்டங்களில் எல்லாம் இப்பிரச்சினைக்கு அழுத்தம் கொடுத்து வந்தார். ‘இந்தியா டுடே’ இதழில் (24.10.2001) இந்திய ஆட்சியும் ஊர் ஆட்சிதான் என்று பத்தி எழுதிய போது இவ்வூராட்சிகளைப்பற்றி எழுதினார்.

➤ 01.05.2002இல் விடுதலைச் சிறுத்தைகள் மையக்குழுவின் முதலிரண்டு தீர்மானங்கள் இவ்வூராட்சிகள் பற்றியதாகவே இருந்தது. குறிப்பாகப் பொறுப்பேற்ற தலைவர்களின் பதவிவிலகலை அரசு ஏற்கக்கூடாது என்று அத்தீர்மானம் வலியுறுத்தியது. தொடர்ந்து கட்சிக்கூட்டிய மையக்குழுக் களில் இப்பிரச்சினைக்கான முக்கியத்துவம் குறைக்கப்

படாமல் முன்னெடுக்கப்பட்டுவந்தமையை அறிய முடி
கிறது.

- 2002 ஏப்ரலில் நடந்த சட்டமன்ற கூட்டத்தொடரில் இந்த ஊராட்சிகள் பற்றி சிறப்பு கவன ஈர்ப்பு தீர்மானத்தை கொணர சட்டமன்ற உறுப்பினராக தொல். திருமாவள வன் முனைந்தபோது அக்கோரிக்கை நிராகரிக்கப்பட்டது. அது பற்றிப்பேச அனுமதி மறுக்கப்பட்டதால் 04.04.2002இல் அவர் வெளிநடப்புச் செய்தார். சட்டமன்றத்தில் தொடர்ந்து இப்பிரச்சினையைப்பற்றிப் பேச அவருக்கு அனுமதி மறுக்கப்பட்டது. தனது சட்டமன்ற உறுப்பினர் பதவியை அவர் ராஜினாமா செய்வதற்கு இப்பிரச்சினையும் ஒரு காரணமாக இருந்ததை அறிய முடிகிறது.

- 03.11.2003இல் திருமாவளவன் மதுரை மாவட்டத்தில் மட்டும் முழு அடைப்புப் போராட்டத்தை அறிவித்தார். பிற கட்சித்தலைவர்களுக்கு இது தொடர்பாக அழைப்பு விடுத்தும் யாரும் பதிலளிக்கவில்லை. இதன் பின்னால் இந்த ஊராட்சிகளின் நிலைமையை ஆராய அமைச்சர் ஓ. பன்னீர்செல்வம் தலைமையில் உயர்மட்டக்குழு அமைக்கப்பட்டது. இக்குழு இக்கிராமத் தலித்துக்கள் யாரையும் சந்திக்காமல் ஆதிக்கசாதியினர் வாதத்தினை மட்டுமே கேட்டு திரும்பியது.

- 15.09.2004இல் மதுரையில் இக்கேலிக்கூத்துக்களை கண்டித்து தொல். திருமாவளவன் தலைமையில் ஆர்ப்பாட்டம் நடந்தது.

- 22.01.2005இல் மதுரை இரட்டை வாக்குரிமை மாநாட்டில் நிறைவேற்றப்பட்ட அவ்வியக்க தீர்மானம் ஊராட்சித் தலைவர்களை நியமிக்காமல் தனி அலுவலர்கள் மூலம் நிதி ஒதுக்குவதை நிறுத்தக் கோரியது. இப்பிரச்சினைகளுக் குத் தீர்வாக இரட்டை வாக்குரிமையுடன் கூடிய தனி வாக்காளர் தொகுதிமுறையே வழிகாட்டும் என்றும் அம்மாநாட்டு தீர்மானம் கூறியது.

- 2005 ஏப்ரல் 19இல் மீண்டும் தேர்தல் அறிவிக்கப்பட்டது. விடுதலைச் சிறுத்தைகளின் சார்பில் கீரிப்பட்டியில் பூங் கொடியனும், பாப்பாப்பட்டியில் நரசிங்கனும் போட்டி யிட்டனர். கள்ளர் தரப்பு வேட்பாளர்களாக 2002 போலவே கீரிப்பட்டியில் கருத்தக்கண்ணன், பாப்பாப்பட்டியில் அழகர் ஆகியோர் நிறுத்தப்பட்டனர். கீரிப்பட்டியில் கருத்தக்கண்ணன் வெற்றிபெற வைக்கப்பட்டார். இருந்தும் 2000இல் 3 வாக்குகள் பெற்ற பூங்கொடியன் இப்போது

29 வாக்குகள் பெற்றார். இது அம்மக்களிடம் விடுதலைச் சிறுத்தைகள் வருகை உருவாக்கிய விழிப்புணர்வு என்பது குறிப்பிடத்தக்கது.

- ஆனால் பாப்பாப்பட்டியில் விடுதலைச் சிறுத்தைகளின் வேட்பாளர் நரசிங்கம் மர்மமான முறையில் இறந்தார். 12.04.2005இல் இப்போக்கை கண்டித்து மதுரையில் ஆர்ப் பாட்டம் நடத்திய விடுதலைச் சிறுத்தைகள் 24.04.2005இல் நரசிங்கம் மரணத்திற்கு சி.பி.ஐ. விசாரணைகோரி தமிழகம் முழுவதும் ஆர்ப்பாட்டம் நடத்தினர்.

- 08.05.2005 விடுதலைச் சிறுத்தைகள் அனைத்துக்கட்சி கூட்டம் ஒன்றை சென்னையில் கூட்டினர். இக்கூட்டத் தில் அனைத்துக்கட்சி கூட்டம், ஆர்ப்பாட்டங்கள், தேசிய அளவிலான பொது விசாரணை, தலித்துக்களுக்கான வாழ்வாதாரம், நரசிங்கம் குடும்பத்திற்கு நட்ட ஈடு வழங்க கோரிக்கை போன்ற முடிவுகள் எடுக்கப்பட்டன. இக்கூட்டத்தில் பெரிய கட்சிகள் கலந்துகொள்ளவில்லை.

- அனைத்துக்கட்சி கூட்டம் கூட்டுவதற்கான காரணமே அனைவரும் கூடி ஒரே முடிவை எட்டுவதுதானே ஒழிய, இக்கேடுகெட்ட போக்கு தொடர வேண்டும் என்பதற்கல்ல. விடுதலைச் சிறுத்தைகள் அவ்வாறான ஒருங்கிணைவை எட்டவே முயற்சித்தது. பிறருக்கு நெருக்கடி கொடுப்பதைக் காட்டிலும் இணைந்து செல்வதற்கு விரும்பினர்.

- 14.06.2005இல் விடுதலைச் சிறுத்தைகள், தலித் விடுதலைக் கான மனித உரிமை அமைப்பு, மக்கள் கண்காணிப்பகம் – தமிழ்நாடு, தலித் மனித உரிமைகளுக்கான தேசிய பிரச் சாரம் ஆகிய தொண்டு நிறுவனங்களோடு சேர்ந்து மதுரை யில் தேசிய அளவிலான பொதுவிசாரணை ஒன்றுக்கு ஏற்பாடு செய்தது. இதில் 24 பேர் சாட்சியம் அளித்தனர். “மற்ற மாநிலங்களைவிட அதிக அளவில் சமூக மேம்பாட் டுக் காரணிகளை கொண்டதாகத் தமிழ்நாடு கூறிக்கொள் வதை இதோடு பொருத்திப்பார்க்கிறோம்” என விசா ரணைக் குழுவினர் சுட்டிக்காட்டினர். தேசிய அளவில் இப்பிரச்சினை மீது கவனத்தையும், தீவிரத்தையும் உண்டு பண்ணியது எனும் அளவில் இவ்விசாரணை முக்கிய நகர்வேயாகும். இது தொடர்பான செய்திக்காக வருகை புரிந்திருந்த மலையாள ஏடொன்றின் செய்தியாளர்தாம் திமுக தலைவர் கருணாநிதியோடு இப்பிரச்சினையைப் பற்றி பேசியிருந்தார். அவரும் இப்போதுதான் இப்பிரச் சனையைப்பற்றிக் கருத்து கூறினார். இவ்வாறு படிப்படி

யாக இப்பிரச்சினை அதன் அடித்தளத்திலிருந்து மேலுயர்த்தப் பட்டது.

- 20.06.2006இல் பதவியேற்றவர்களை விலகவைத்த சாதி வெறியர்களைப் பாதுகாக்கும் தமிழக அரசைக் கண்டித்து தமிழகம் முழுக்க மாவட்ட தலைநகரங்களில் ஆர்ப்பாட் டங்கள் நடத்தப்பட்டன.

- இவை தவிர இது தொடர்பாகத் தமிழில் தலித் எழுத் தாளர்கள் எழுப்பிய விவாதங்களும் கணக்கில் கொள்ளப் பட வேண்டியன. கடைசி வேளையில் மார்க்சிஸ்ட் இயக்கம் மட்டுமே அதுவும் தனியாக போராட்டங்கள் நடத்த முயன்றன. அதற்கான நெருக்கடியும் விடுதலைச் சிறுத்தை களின் போராட்டத்தில் உருவானவையாகும்.

இன்றைக்குத் தமிழ்நாடு பஞ்சாயத்து சட்டம் – 1994இல் திருத்தம் செய்து இவ்வூராட்சிகளை தனி ஊராட்சிகளாகவே அரசு அறிவித்ததற்கு விடுதலைச் சிறுத்தைகள் இயக்கம் தந்த அழுத்தமும் விண்ணப்பமும் அடிப்படைக் காரணமாகின. அதிமுகக் கூட்டணியில் இருந்தபோதும் திமுகக் கூட்டணியில் இடம்பெற்றபோதும் இவ்ஊராட்சிகளுக்காக அரசு எடுத்த முயற்சிகளுக்கு துணை நின்றனர். என்றாலும் அரசு அவ் வூராட்சிகளைத் தொடர்ந்து கண்காணித்துக் குறிப்பிட்ட காலக் கட்டத்திற்கொருமுறை நிலைமைகளை ஆராய்ந்து தேர்ந்தெடுக் கப்பட்ட தலைவர்கள் சுதந்திரமாகப் பணியாற்ற முடிகிறதா என்பதை கண்காணித்துக்கொள்ளவேண்டும். அங்கு தலித்துக் களுக்குத் தற்சார்பான வாழ்நிலையை மேம்படுத்தும் நட வடிக்கைகளை அரசு துரிதப்படுத்தவேண்டும். இப்போக்கு தொடர்ந்து தக்கவைக்கப்படுவதற்கான நடவடிக்கைகளை அரசு மேற்கொள்ள வேண்டும். இதுவே ஒடுக்கப்பட்ட இயக்கங் களின் போராட்டத்திற்கு கிடைக்கும் உண்மையான வெற்றியாக இருக்க முடியும்.

இத்தேர்தலை 1990களில் எழுந்த தலித் அரசியல் எழுச்சியின் அடையாளங்களுள் ஒன்றாகவும், விடுதலைச் சிறுத்தைகளின் தொடர் போராட்டத்திற்கு கிடைத்த வெற்றியாகவும் தயங் காமல் கருதலாம்.

***நமது தமிழ்மண்*, திசம்பர் 2006**

சமத்துவம் என்னும் கற்பிதம்

(பாப்பாபட்டி, கீரிப்பட்டி ஊராட்சிகளின் ஐந்தாண்டுக் கால அனுபவமும் தற்போதைய உள்ளாட்சித் தேர்தல் நிலைமையும்)

உசிலம்பட்டியிலிருந்து திரும்பிக்கொண்டிருந்த போது வழியில் பாப்பாப்பட்டியைப் பார்த்துச் செல்லலாம் என்ற எண்ணம் தோன்றியது. பாப்பாபட்டி பஞ்சாயத்துத் தலைவர் பெரிய கருப்பன் வீட்டில் இல்லாததால் பொழுது மறையத் தொடங்கியிருந்த சமயத்தில் பஞ்சாயத்து அலுவலகத்தைச் சென்றடைந்தோம். இரண்டு அறைகள் கொண்ட அலுவலகத்தில் ஒன்றில் மராவேலை நடந்துகொண்டிருந்தது. உள்ளேயும் வெளியேயும் ஆட்கள். பஞ்சாயத்துத் தலைவரைப் பார்க்கணும் என்று சொன்னதும் “ஹேய் பிரசண்டு ஒன்னப் பாக்கணும்மா” என்று சத்தமிட்டார் அவரைவிட வயது குறைந்த இளைஞர் ஒருவர். நாங்கள் சென்ற வாகனம், எங்களின் தோற்றம், கேமரா ஆகியவற்றைப் பார்த்ததும் அங்கிருந்த ஆட்கள் மட்டுமின்றித் தலைவரும் சுதாரித்துக்கொண்டார். அலுவலகத்தின் மற்றொரு அறைக்குள் புகுந்து அங்கு அடுக்கப்பட்டிருந்த நாற்காலியை எடுத்துத் தூசியைத் துடைத்து உட்கார்ந்த தலைவர் எங்களையும் உட்காரச் சொன்னார். தரையிலும் நாற்காலிகளிலும் படிந்திருந்து தூசு அந்த அறை நெடுநாள் பயன்படுத்தப் படாமலிருந்ததைச் சொல்லியது. நாற்காலியில் தலைவர் மட்டுமே அமர்ந்தார். அவருக்கு எதிரே உட்கார்ந்திருந்த எங்களைச் சுற்றித் தலைவரின் முகத்தைப் பார்த்தபடி ஆட்கள், அவருடைய செயலும் பேச்சும் நிற்பவர்களின் கண்காணிப்பிலிருந்தது. நாற்காலி நுனியில் அமர்ந்திருந்த

தலைவர் எங்களின் கேள்விகளுக்கு ஆம், இல்லை என்பதைத் தாண்டி 'எல்லாம் நல்லாதான் இருக்கு' என்பதை மட்டுமே திரும்பத் திரும்பச் சொல்லிக்கொண்டிருந்தார். அரசு நிர்வாகத்தாலும் ஊடகங்களாலும் கண்காணிக்கப்படும் பஞ்சாயத்து என்ற வகையில் அதைச் சார்ந்தவர்களின் வருகையின்போது மட்டும் பஞ்சாயத்துத் தலைவருக்கு இத்தகைய வாய்ப்பு தரப்பட்டிருக்கிறது என்பதையே நன்கு ஒத்திகை பார்க்கப் பட்ட அந்நாடகம் உணர்த்தியது. அதனால்தான் இந்நட வடிக்கைகள் பதற்றத்தோடு நடந்து முடிந்தன. அதற்குமேல் பேசுவதற்கும் பதிலளிப்பதற்கும் ஒன்றுமில்லை என்பதைப் புரிந்துகொண்டபோது அங்கிருந்து புறப்பட்டோம். கடந்த நான்கு மாதங்களுக்குமுன் பத்திரிகையாளர்கள் முரளிதரன், கவிதா ஆகியோரோடு சென்றிருந்தபோது சந்தித்த பாப்பாப்பட்டி அனுபவம் இது.

1996ஆம் ஆண்டு ஆட்சிக்கு வந்த திமுக அரசு உள்ளாட்சித் தேர்தலை அறிவித்தது. தாழ்த்தப்பட்ட வகுப்பினருக்கு ஒதுக்கப் பட்ட தனி ஊராட்சிகளுள் பாப்பாப்பட்டி, கீரிப்பட்டி, நாட்டார் மங்கலம், கொட்டகச்சியேந்தல் ஆகிய ஊர்களில் மட்டும் அங்கிருக்கும் பெரும்பான்மை ஆதிக்கச் சாதியினரால் தேர்தல் முடக்கப்பட்டது. கொட்டகச்சியேந்தல் தவிர மற்ற மூன்று ஊர்களும் மதுரைக்கு மேற்கே அமைந்துள்ள உசிலம்பட்டி வட்டாரத்தைச் சேர்ந்தவை. கிராம மரபு, கோவில் தூய்மை, குலக்குழு அடிப்படையிலான சாதித் தனித்துவம் போன்ற பெயர்களில் சாதிப் பெரும்பான்மை கொண்டுள்ள பிரமலைக் கள்ளர் வகுப்பினர் சமூக அதிகாரத்தில் சிறுபான்மையின ரான தலித்துகளுக்குச் சட்டபூர்வமான கிராம அதிகாரம் என்பதைக் கடுமையாக எதிர்த்தனர். சமகால அரசியல் அதி காரத்தைக் கைப்பற்றியுள்ள அந்த வகுப்பினர் தங்கள் கிராமங் களில் அரசு நிர்வாகத்தைச் செயலிழக்கச் செய்தனர். 1996இல் தொடங்கி 2006வரையிலான பத்தாண்டுகளில் தமிழகத்தை ஆண்ட திமுக, அதிமுக ஆகிய இரண்டு அரசாங்கமும் கள்ளர் களைப் பகைக்க விரும்பாததால் தேர்தல் நடத்துவதில் அக்கறை காட்டவில்லை. 1990களில் எழுச்சிபெற்ற தலித் இயக்கங்களால் இப்பிரச்சினை மெல்ல மேல் மட்டத்திற்குக் கொண்டுவரப் பட்டது. குறிப்பாக விடுதலைச் சிறுத்தைகள் கட்சி தொடக்கத்தி லிருந்தே இதில் முனைப்பாகச் செயற்பட்டது. பின்னர் மார்க்சிஸ்ட் கம்யூனிஸ்ட் கட்சி தலையிட்டுத் தீவிரமாகச் செயலாற்றியது. இக்கட்சிகளின் போராட்டங்கள் தந்த அழுத்தம் காரணமாக மாவட்ட நிர்வாகம் தேர்தலை நடத்த முயன்றது. மனுத் தாக்கலைத் தடுத்தல், மிரட்டுதல் என்று செயற்பட்ட கள்ளர்கள் ஒரு கட்டத்தில் தேர்தலை நடத்தியே ஆக வேண்டு

மென்ற நிலைவந்தபோது ஊர்சார்பாகத் தங்களின் சாதி அதிகாரத்திற்கு இணங்கிய தலித் ஒருவரை நிறுத்தி வெற்றி பெறச் செய்து அடுத்த சிலமணி நேரங்களில் ராஜினாமா செய்ய வைத்தனர். பத்தாண்டுகளில் ஆறு மாதத்திற்கு ஒரு முறை மறுதேர்தல் என்ற முறையில் 19முறை இவ்வாறு தேர்தல் தள்ளிவைக்கப்பட்டது.

இந்நிலையில் 2006ஆம் ஆண்டு திமுக ஆட்சியில் நடந்த உள்ளாட்சித் தேர்தலில் அதுவரையிலும் பத்தாண்டுகளாகத் தனி ஊராட்சிகளாக இருந்தவை சுழற்சிமுறையில பொது ஊராட்சிகளாக மாற்றப்பட்டன. ஆனால் தொடர்ந்து முறை யாகத் தேர்தல் நடத்தப்பட்டுப் பஞ்சாயத்து நிர்வாகம் நடை பெறாதவை என்ற வகையில் இந்த நான்கு ஊராட்சிகளும் தனி ஊராட்சிகளாகவே தொடரும் என அறிவிக்கப்பட்டது. பிறகு மதுரை மாவட்ட ஆட்சியராயிருந்த த. உதயச்சந்திரன் தலைமையிலான மாவட்ட நிர்வாகம் இக்கிராம மக்களிடம் நடத்திய பேச்சுவார்த்தை, கட்சிகளின் ஒத்தழைப்பு ஆகியவற்றின் துணையோடு தேர்தலை நடத்திக்காட்டி 'பெரும் கண்காணிப் பின்' கீழ் ஐந்து ஆண்டுகளாக நீடிக்கச்செய்துள்ளனர். பாப்பாப் பட்டிக்குப் பெரிய கருப்பன், கீரிப்பட்டிக்குப் பாலுச்சாமி, நாட்டார் மங்கலத்திற்குக் கணேசன், கொட்டகச்சியேந்தலுக் குக் கருப்பன் ஆகியோர் தலைவர்களாக நீடித்தனர். சட்டத்தை உறுதியாகச் செயற்படுத்தினால் மட்டுமே தலித்துகளுக்கு நியாயம் செய்யமுடியும் என்பதற்கு இவையே சான்று. இத்தேர்தலைத் தன்னுடைய சாதனையாகக் காட்ட விரும்பிய திமுக அரசு இதற்காகச் சென்னையில் நான்கு ஊராட்சித் தலைவர்களை யும் அழைத்துச் 'சமத்துவப் பெருவிழா' நடத்தி அப்பஞ்சாயத்து களுக்குக் கூடுதல் நிதி, தலைவர்களுக்குத் துப்பாக்கி ஏந்திய போலீஸ் பாதுகாப்பு ஆகியவற்றை வழங்கியது. ஒருவகையில் இத்தலைவர்களுக்கு இவை மனரீதியான உற்சாகத்தை அளித் திருக்கக் கூடும்.

நான்கு ஊராட்சிகளும் ஐந்தாண்டுகளை நிறைவு செய்து விட்ட நிலையில் அங்கே சமூகரீதியாக நடந்துள்ள மாற்றங்கள் என்ன? ஐந்தாண்டுக் கால செயற்பாடுகளுக்கும் சமத்துவம் நோக்கிய பயணத்திற்கு முள்ள உறவு என்ன? என்பன போன்ற கேள்விகள் முக்கியமானவை. அத்தகைய நிலையில் சந்தித்த அனுபவம்தான் மேலே விவரிக்கப்பட்டுள்ள பாப்பாப்பட்டி சம்பவம்.

தற்போது உள்ளாட்சித் தேர்தல் அறிவிக்கப்பட்டுள்ள நிலையில் பாப்பாப்பட்டி ஊராட்சித் தலைவர் பெரிய கருப் பனைக் கடந்த அக்டோபர் எட்டாம் நாள் கீரிப்பட்டியி

லுள்ள அவருடைய மகள் வீட்டில் சந்தித்தபோது சொந்த ஊரான பாப்பாப்பட்டி தரும் இறுக்கம் ஏதுமில்லாமல் அவரால் பேசமுடிந்தது. ஆனால் இம்முறையும் அவர் வேட்பாளராக இருக்கிறார் என்பதை மனத்தில்கொண்டே பேசினார். பெரிய கருப்பனோடு தனிக்கொடி, பேபி, செல்லக்கண்ணு முருகானந்தம், பாலுச்சாமி ஆகிய அறுவர் போட்டியில் உள்ளனர். 1400 ஓட்டுகள் கொண்ட பாப்பாப்பட்டியில் பெரும்பான்மை ஓட்டு கள்ளர்களுடையது. பள்ளர், பறையர் ஆகிய இரு தலித் சாதியினர் ஓட்டுகளும் சரிபாதியாக உள்ளன. அருந்ததியர் ஓட்டு சிறுபான்மையான எண்ணிக்கையில் இருக்கிறது. இம் முறையும் தான் வெற்றிபெற வாய்ப்பிருப்பதாகப் பெரிய கருப்பன் கருதுகிறார். கடந்த ஐந்து வருடங்களில் ஊரார் விருப்பப்படியே நடந்துகொண்டதால் ஆதரவு தொடரும் என்பதே அவர் நம்பிக்கை. ஊரார் விருப்பம் என்பது அவர்களின் சாதிக்கட்டுமானத்தை எந்தவிதத்திலும் மீறவில்லை என்பது தான். இங்கே தேர்தல் ஆரம்பித்த காலத்திலிருந்தே ஊரார் எனப்படும் கள்ளர்களால் தங்களுக்கு கந்தவராகத் தேர்ந்தெடுக்கப்பட்டவர்தான் பெரிய கருப்பன். 2006இல் பல்வேறு புறநெருக்கடிகளால் தேர்தலை ஒத்துக்கொண்ட ஊரார் அப்போது போட்டியிட்ட மார்க்சிஸ்ட் கம்யூனிஸ்ட் கட்சியைச் சேர்ந்த பாலுச்சாமியைத் தோற்கடிக்கப் பெரிய கருப்பனை நிறுத்தி வெற்றிபெறச் செய்தனர் என்பது குறிப்பிடத் தக்கது. அரசாங்கத்திற்குத் தேர்தலை நடத்திவிட்டோம் என்னும் அடையாளம் மட்டுமே போதுமானதாயிருந்தது. ஆனால் தேர்ந்தெடுக்கப்பட்ட பிரதிநிதி சாதிக்கட்டுப்பாட்டிலிருந்து விலக்கானவராக இருக்க முடியவில்லை. கடந்த பத்தாண்டுகளில் முதலில் நடத்தப்பட்ட தேர்தலிலேயே ஊர்சார்பாகத் தனிக்கொடி என்ற தலித் ஒருவரை நிறுத்தி ராஜினாமா செய்யவைத்தனர். அடுத்து 2005 ஏப்ரலில் விடுதலைச் சிறுத்தைகள் சார்பாகப் போட்டியிட்ட நரசிங்கம் திடீரென மரணமடைந்தபோது ஊரால் நிறுத்தப்பட்டு ராஜினாமா செய்ய வைக்கப்பட்டவர்தான் பெரிய கருப்பன். இப்போது ஊராரை உறுதியாக நம்பும் பெரிய கருப்பன் மறுபுறமாகத் தலித் ஓட்டு கிடைக்க வாய்ப்பில்லை என்பதைத் தெரிந்துவைத்திருக் கிறார். போட்டியிடும் அறுவரில் பள்ளர் வகுப்பினர் இருவர். பறையர் வகுப்பினர் மூவர். சக்கிலியர் ஒருவர். இங்கே தலித் சாதிகளிடையே சொல்லும்படியான முரண்பாடுகள் ஏதுமில்லையென்றாலும் யாருமே தற்சார்பான வாழ்வாதாரத்தைக் கொண்டிருக்காமல் ஏதோ ஒருவகையில் கள்ளர்களைச் சார்ந்திருப்பதே அவர்களின் பலவீனம். 2006 தேர்தலில் அரசியல் விழிப்புணர்வுபெற்ற பாலுச்சாமி என்ற பள்ளர் வகுப்பினரைத்

தவிர்த்து பலவீனமான பெரிய கருப்பன் என்ற பறையர் வகுப்பினரைத்தான் ஊரார் தேர்ந்தெடுத்துக்கொண்டனர்.

கடந்த ஐந்தாண்டுகளில் ஊராரோடு எந்த முரண்பாடும் இல்லை என்று கூறும் பெரிய கருப்பன் அவர்களின் நிபந்தனைகளை ஒத்துக்கொள்ளாவிட்டால் பிரச்சினை வரும்; கடந்த தேர்தலிலேயே ஊரார் எனக்காக 50,000ரூபாய் செலவழித்தனர்; பஞ்சாயத்து நிதியின் கமிஷன் எல்லாம் அவர்களுக்குத்தான் என்றும் சொன்னார். இதற்கு மறுத்திருந்தால் பிரச்சினைதான் என்று பெரிய கருப்பன் சொன்னதன் பொருள் என்ன என்பதை விளக்கத் தேவையில்லை. இம்முறை வெற்றிபெற வைக்கப்பட்டுள்ள முருகானந்தமும் சட்டத்தைவிடச் சாதி முறைக்குக் கட்டுப்பட்டவராக இருந்தால் மட்டுமே தலைவராக நீடிக்க இயலும்.

கீரிப்பட்டியின் நிலைமை சற்று வேறுபட்டது. 1200 வாக்காளர்களைக் கொண்ட இங்கு பாலுச்சாமி, மொக்க காளை, சின்னசாமி, சுப்பன், பழனி, ந. சுப்பன் ஆகிய அறுவர் போட்டியிடுகின்றனர். இதில் பாலுச்சாமி கடந்த ஐந்தாண்டுகளாகத் தலைவராக இருந்தவர். வெளிப்படையான போட்டியாகத் தெரிந்தாலும் கள்ளர்கள் ஊரைக் கூட்டி மொக்ககாளை என்பவருக்கே ஓட்டுப்போட வேண்டும் என்று முடிவெடுத்திருக்கிறார்கள். இங்கு தலித்துகளின் ஓட்டு எண்ணிக்கை 300 மட்டுமே. பாப்பாப்பட்டியில் யார் வேண்டுமானாலும் பிரச்சாரம் செய்துகொள்ளுங்கள் என்று கூறிவிட்டுத் தங்கள் விருப்பப்படி ஒருவரைத தேர்ந்தெடுக்க விரும்பும் அதேநேரத்தில் கீரிப்பட்டியில் பிரச்சாரமே செய்யக் கூடாது என்கின்றனர் கள்ளர்கள். கீரிப்பட்டி பாலுச்சாமி கள்ளர் பகுதிக்குள் பிரச்சாரத்திற்குச் சென்றபோது “இங்கு பிரச்சாரம்செய்ய வரக் கூடாது நாங்க ஊர்கூடி முடிவுசெய்தவனுக்கே ஓட்டுப்போடுவோம்” என்று கூறித் தடுக்கப்பட்டார். பாலுச்சாமியோடு பிரச்சாரத்திற்கு வந்த கள்ளர் வகுப்பைச் சேர்ந்த செல்லக் கண்ணு என்ற மார்க்சிஸ்ட் கம்யூனிஸ்ட் கட்சி மாவட்ட நிர்வாகி, பிரச்சாரம் செய்யவிடாமல் தடுத்தவர்களென ராஜகிளித் தேவர் உள்ளிட்ட அறுவர்மீது புகார் அளித்திருக்கிறார். பாலுச்சாமியைத் தடுத்த ராஜகிளியின் தந்தை அன்னக் கொடித் தேவர் என்பவர் அப்பகுதியிலே நீண்ட காலம் தலைவராகவும் சேர்மனாகவும் இருந்தவர். அப்போதெல்லாம் தலித்துகள் வாக்களித்ததே இல்லை. தலித்துகளுக்கும் சேர்த்து அவர்களே வாக்களிப்பர் என்பதைத் தலித்துகள் நினைவுகூர்கின்றனர். இப்போக்கின் தொடர்ச்சிதான் பிரச்சாரத்தைத் தடுத்ததும் மொக்க காளையைத் தேர்தெடுத்ததும் ஆனால் இப்புகார் மதுரை மாவட்ட ஆட்சியரின் கவனத்திற்கு எடுத்துச் செல்லப்

பட்டு அவரும் கீரிப்பட்டிக்கு வந்துசென்றதால் பிரச்சாரத்தைத் தடுக்க முடியாமல் போயிருக்கிறது.

2006 தேர்தலில் ஊராட்சித் தலைவர் ஒருவரை ஏற்றுக் கொள்ள வேண்டிய நிர்ப்பந்தத்திலிருந்ததால் பாலுச்சாமி ஐந்து வருடங்கள் தலைவராக நீடித்தார். ஆனால் பாலுச்சாமி ஊரார் வாக்களித்துத் தேர்ந் தெடுக்கப்பட்டவர் அல்ல. மிக நெருக்கடியான நிலையில் பாலுச்சாமி மட்டுமே போட்டியிட முன்வந்தபோது அரசாங்கத்தாலேயே தலைவராகத் தேர்ந் தெடுக்கப்பட்டவர். இவ்வகையில் அவர் ஊராரின் விருப்பத் திற்குரியவர் அல்ல.

கீரிப்பட்டியில் 2001ஆம் ஆண்டிலிருந்தே தேர்தல் முயற்சி களோடு தொடர்புடையவர் பாலுச்சாமி. முதலில் பூங்கொடி யான் என்பவரை விடுதலைச் சிறுத்தைகள் கட்சி நிறுத்த முயன்றபோது பூங்கொடியானை முன் மொழிந்து துணை நின்ற சின்னராசு என்பவர் பாலுச்சாமியின் சகோதரர். இதன் காரணமாக அச்சுறுத்தப்பட்ட பாலுச்சாமி குடும்பத்தோடு வெளியேறி நான்கு ஆண்டுகள் மதுரையில் வசிக்கநேர்ந்தது. அங்கே விடுதலைச் சிறுத்தைகள் போன்ற தலித் கட்சிகளால் உத்வேகம் பெற்றதாகக் கூறும் பாலுச்சாமி 2006 தேர்தலில் போட்டியிட முடிவுசெய்தார். இப்பிரச்சினையில் விடுதலைச் சிறுத்தைகள் கட்சியின் செயற்பாடு தேக்கமடைந்த சமயத்தில் மார்க்சிஸ்ட் கம்யூனிஸ்ட் கட்சி மட்டும் அதில் முனைப்புக் காட்டியது. கீரிப்பட்டியில் கட்சியின் கிளையைத் தொடங்கிப் பாலுச்சாமியை அதன் செயலாளராக்கி, வேட்பாளராகவும் அக்கட்சி அறிவித்தது. இந்நிலைமை பாலுச்சாமிக்குப் புதிய உத்வேகத்தை அளித்திருந்தது. தேர்தல் நடைபெறும் வரை தொடர்ந்து பாலுச்சாமியைக் காத்துவந்த அக்கட்சியின் மூலமே தமிழக முதல்வர் கருணாநிதி. மதுரை மாவட்ட ஆட்சியர் த. உதயச்சந்திரன் ஆகியோரைப் பாலுச்சாமி சந்தித்தார். அப்போது நடைபெறவிருந்த பாலுச்சாமியின் அக்கா மகள் திருமணத்திற்கான நிதியுதவியைக்கூட மாவட்ட நிர்வாகமும் கட்சியும் ஏற்றுக்கொள்ள முன்வந்தது. இத்தகைய விடாப்பிடி யான முயற்சிகள் மூலமாக 2001இல் நுழையக்கூட முடியாத கீரிப்பட்டி பஞ்சாயத்து அலுவலகத்தில் 2006இல் அரசு நிர்வாகம், காவல் துறை, கட்சிகள் சூழ பாலுச்சாமி பதவியேற்றார். இம்முயற்சிகளின் வழியாகப் பதவியேற்ற தருணத்தை விவரிக்கும் போது பாலுச்சாமியின் கண்களில் ஒளி பிரகாசிக்கிறது. இங்கே சுருக்கமாகக் கூறப்பட்டுள்ள இம்முயற்சிகள் புத்தக மாக விரியத்தக்கவை. சுற்றி நின்ற அச்சத்திலிருந்து விடுபட்ட இந்த அனுபவங்கள் முக்கியமானவை. ஐந்து வருடங்கள்

தலைவராகயிருந்துவிட்ட நிலையில் பாலுச்சாமி சற்றே தனித் துவம்பெற்றிருக்கிறார். அதனால்தான் இம்முறை பாலுச்சாமி போட்டியிட்டாலும் ஊரார் மொக்ககாளையைத் தேர்ந்தெடுக்க வேண்டும் என்று முடிவெடுத்துள்ளனர்.

மொக்ககாளை ஓரறைகொண்ட தொகுப்பு வீட்டில் 10 வயதுக்கும் குறைந்த ஐந்து பெண் குழந்தைகளுடன் வசித்து வருகிறார். இருவர் உள்ளூர் அரசுப் பள்ளியில் தாங்களாகவே சேர்ந்து படித்துவருகின்றனர். மொக்ககாளை கள்ளர்பகுதிக்குத் தோட்டி. அவருக்கு நிலமோ நிரந்தர வருமானமோ கிடையாது. இவருடைய பூர்வீகம் பாப்பாப்பட்டி, தோட்டிப் பணிக்காகக் கீரிப்பட்டிக்கு அழைத்துவரப்பட்ட குடும்பம் இவருடையது. 2001ஆம் ஆண்டு தேர்தலின்போது ஊர்சார்பாக நிற்க வைக்கப் பட்டு அடுத்த பத்து நிமிடங்களில் ராஜினாமா செய்ய வைக்கப் பட்ட அழகுமலை மொக்ககாளையின் தந்தை. இப்போது மகனை நிறுத்துகிறார்கள் அவ்வளவே. கள்ளர்களின் 'தலைவ ராக' இருக்கும்பட்சத்தில் மொக்ககாளைக்கு வருடத்திற்கு மூன்று பவுன் தங்கச்சங்கிலி தரப்போவதாகக் கூறப்படுகிறது. ஐந்து பெண் குழந்தைகளைக் கரையேற்ற வேண்டும் என்று அவர் என்னிடம் கூறியதும் இந்த நம்பிக்கை சார்ந்து இருக் கலாம். உள்ளூர் தலித்துகளின் கோழைத் தனவாழ்வு பற்றி விமர்சிக்கும் அல்லது பரிதாபத்தோடு அணுகும் அரசியல் கட்சிகளும் நம்மைப் போன்றோரின் எழுத்துக்களும் தலித்து களின் தற்சார்பான வாழ்நிலைக்காகச் செய்த பூர்வாங்கமான முயற்சிகள் சொற்பமே.

உண்மையில் இந்த ஊராட்சிகளில் முன்புபோல இப்போது யாரும் தேர்தலைத் தடுக்கவில்லை. எல்லோரும் வாக்களித்தார் கள். இதைத்தான் நம்முடைய அரசும் ஊடகங்களும் சனநாயகம் எனச் சொல்கின்றன. ஆனால் சாதியமைப்பு தந்திரமாகத் தன்னைத் தற்காத்துக்கொள்கிறது. இத்தேர்தலில் மொக்ககாளை அறுநூறு வாக்குகள்பெற்றுத் தலைவராகியுள்ளார். ஏற்கெனவே தலைவராக இருந்த பாலுச்சாமி இருபத்தியிரண்டு வாக்குகள் மட்டுமேபெற்றுள்ளார். சட்டபூர்வமற்ற முறையில் தங்களுக் கிணங்கிய தலைவரைத் தேர்ந்தெடுத்து அவரையே சட்டபூர்வ மான தலைவராக்கியுள்ளார்கள். இப்போக்கு முன்பைவிட ஆபத்தானது. இங்கே தேர்தல் நடந்துவிட்டது என்பது வெறும் குறியீடுதான். அதன் உண்மையான பிரதிநிதித்துவம் தலித்து களிடம் இல்லை. அரசும் சமூகமும் தலித் மக்கள்மீது நடத்தும் குறியீட்டு வன்முறைதான் இது. தங்களுக்கிணங்கிய ஒருவரை ஊர்க்கூட்டத்தில் பேசிமுடிவெடுத்து தலைவராக்குவது சாதி முறை செல்வாக்கு செலுத்தும் பெரும்பான்மையான கிராமங்

களின் பொதுவான நிலையாக இருந்துவருகிறது. அந்நிலையை எதிர்க்கும் கிராமங்களில் மட்டுமே அரசும் கட்சிகளும் தலையிடுகின்றன. அப்படித்தான் பாப்பாப்பட்டி உள்ளிட்ட ஊராட்சிகளில் பிரச்சினை வெளிக்கொணரப்பட்டதால் அரசும் கட்சிகளும் ஊடகங்களும் தலையிட்டன. இப்போது அதுவுங்கூடப் போதுமான அளவிற்கு இல்லை.

இந்த ஊராட்சிகள் குறித்த பத்திரிகைகளின் பதிவுகள் இப்போது பிரச்சினை எதுவுமில்லை என்ற ரீதியிலேயே அமைகின்றன; ஒடுக்கும் வகுப்பினரின் கருத்துகளைக் கேட்டு அக்கூற்றுகள் பற்றிய எந்தவித மறு ஆய்வும் இல்லாமல் அவற்றை அப்படியே வெளியிடுகின்றன. கூர்ந்த மதியும் உண்மையைத் தேடுவதில் துணிச்சலும் பத்திரிகைகளிடம் இல்லாமல் போய்விட்டன. 10, அக்டோபர் 2011இல் *தினமணி* மதுரைப் பதிப்பில் வெளியான இந்த ஊராட்சிகள் பற்றிய செய்திக் கட்டுரையும் இந்த வகை மோசடிக்குச் சிறந்த உதாரணம். ஊடக சன நாயகம் குறித்துப் பரவலாக விவாதிக்க வேண்டிய தன் அவசியத்தை இப்போக்குகள் வெளிப்படுத்துகின்றன.

2006ஆம் ஆண்டு தேர்தல் நடத்தப்பட்டபோது நடத்தி முடித்தோம் என்று சொல்லிக்கொள்ள அரசாங்கத்திற்கும் எங்களால்தான் முடிந்தது என்று சொல்லக் கட்சிகளுக்கும் இத்தேர்தல் வாய்ப்பாகப் பயன்பட்டது. மு. கருணாநிதிக்குச் 'சமத்துவப் பெரியார்' என்னும் பட்டத்தைத் திருமாவளவன் வழங்கினார். அவ்வூராட்சிகளில் சாதி இந்துக்களின் சாதியப் போக்கை மாற்றும் முயற்சிகளோ தலித்துகளின் உண்மையான பிரதிநிதித்துவத்தை எடுத்துவைக்கும் செயற்பாடுகளோ எந்தள விற்குச் செய்யப்பட்டன என்பது முக்கியமான கேள்வியாகும். அவ்வாறு எதுவும் செய்யப்படவில்லை என்பதையே இப்போது மீண்டும் தலைதூக்கும் சாதிய உணர்வுகள் காட்டுகின்றன. ஏலம்விடுவது, சாதி இந்துக்களின் பஞ்சாயத்து கூடி முடி வெடுத்தல், தலித் தலைவரைப் புறக்கணித்து அல்லது கைப் பாவையாக்கிவிட்டு ஆதிக்கச் சாதித்துணைத் தலைவரே நிர்வா கத்தைக் கையாளுதல், தலித் சாதிகளிலேயே தற்சார்பான வாழ்க்கையைப் பெற்றிராத சிறுபான்மையினரைச் சாதகமாகக் கையாளுதல் என்று பல்வேறு பிரச்சினைகள் உண்டு. இவ்வா றான ஆய்வோ எதிரான போராட்டமோ சட்டரீதியான முயற்சி களோ அரசு, ஊடகங்கள், கட்சிகள் ஆகிய எவற்றிடமும் இருந்திருக்கவில்லை. இது போன்ற நிலையில்தான் தேர்தல் நடந்துவிட்டது என்ற குறியீடு மட்டுமே செயல்படுகிறது. இப்போது இந்தக் குறிப்பிட்ட ஊராட்சிகளின் பிரச்சினை களில் மார்க்சிஸ்ட் கம்யூனிஸ்ட் கட்சி மட்டுமே தலையிட்

டிருக்கிறது. அக்கட்சியும் இந்தக் குறியீட்டுரீதியான வன்முறை யைப் போதுமான அளவு அம்பலப்படுத்தவில்லை. ஊடகங் கள் சொல்வதைப் போலவே இந்த ஊராட்சிகளில் சனநாயகக் கடமையாற்றப் பெரும்பான்மை வகுப்பினர் காத்திருப்பது உண்மைதான். தங்களுக்கிணங்கிய ஒருவரை இந்த ஐந்தாண்டு கள் முறையும் தலைவராக்கிவிட்டனர். தலைவராக்கி, காலத்தை ஓட்டிவிட்டால் அடுத்த முறை (2016) சுழற்சி முறையில் இந்த ஊராட்சிகள் பொது ஊராட்சிகளாகிவிடும். அதுவரையிலும் சுதந்திரமான தலித் பிரதிநிதித்துவம் உருவாகாமல் கட்டுப் படுத்தும் சாதிய ஆற்றலைப் பெரும்பான்மை வகுப்பினர் பெற்றிருக்கின்றனர் என்பதையே இப்போக்குகள் காட்டுகின்றன.

●

பின்குறிப்பு:

(பாப்பாப்பட்டி கீரிப்பட்டி ஆகிய ஊராட்சிகள் பற்றி மட்டுமே இக்கட்டுரையில் சொல்லப்பட்டுள்ளன. நாட்டார் மங்கலத்தில் கடந்தமுறை தலைவராக இருந்த கணேசன் இம்முறை போட்டியிடவில்லை. கொட்டகச்சியேந்தலில் தற்போதைய தலைவர் கருப்பன் உள்ளிட்ட நான்கு வேட்பாளர்கள் போட்டி யிடுகின்றனர். இருந்தும் அங்கு செல்ல இயலவில்லை. இந்தக் களஆய்வில் எனக்கு தவிய தமிழ்முதல்வன், ச. பாலகிருஷ்ணன் ஆகியோருக்கு நன்றி.)

காலச்சுவடு இதழ் 143, நவம்பர் 2011

பகுதி II

அதிகாரத்தின் கருணை

22.12.2009 அன்று தமிழக நாளேடுகளில் அருந்ததியர் இட ஒதுக்கீட்டில் தமிழக அரசு செலுத்திவரும் 'அக்கறை' யை எடுத்துக்காட்டும் அறிக்கையொன்று வெளியாகி யிருந்தது. அண்மையில் திருநெல்வேலி மனோன்மணியம் சுந்தரனார் பல்கலைக்கழகத் தகவல் தொடர்பியல் துறையின் உதவிப் பேராசிரியராக அருந்ததியர் வகுப்பைச் சேர்ந்த ராதாவுக்குப் பணிநியமன ஆணை வழங்கப் பட்டது குறித்த அறிக்கை அது. இந்நியமனத்தில் ஆதி திராவிடருக்குரிய ஒதுக்கீட்டில் அருந்ததியருக்கான உள் ஒதுக்கீட்டின் அடிப்படையில் தனக்கே முன்னுரிமை வழங்க வேண்டுமென்று விண்ணப்பமொன்றைத் துணை முதல்வரின் இணைய தளத்திற்கு ராதா அனுப்பிவைத்த தாகவும் இதைக் கண்ணுற்ற துணை முதல்வர் மு.க. ஸ்டாலின் உடனே பல்கலைக்கழகத்திடமும் உயர் கல்வித் துறை அதிகாரிகளிடமும் தொடர்புகொண்டு அருந்ததியர் இடஒதுக்கீட்டை வேறுவகையில் நியமிக்கக் கூடாதெனக் கூறியதோடு அப்பணியில் அப்பெண்ணையே நியமிக்க வேண்டுமெனவும் பரிந்துரைத்தார் என்றும் அவ்வறிக்கை கூறுகிறது.

அருந்ததியர் உள் ஒதுக்கீடு கொண்டுவரப்பட்டதைத் தங்களது சாதனையாகக் கூறிக்கொள்ள முனையும் திமுக, அவ்வொதுக்கீட்டை நடைமுறைப்படுத்துவதிலும் தொடர்ந்து கவனம் செலுத்துகிறது என்பதைக் குறிக்கும் வண்ணம் வெளிப்படையான அரசியல் நோக்கத்தோடு தன் அறிக்கையை வெளியிட்டுள்ளது. சமூக நீதி வரலாற் றில் மைல்கல்லாக இசுலாமிய இட ஒதுக்கீட்டைத் தொடர்ந்து அருந்ததியருக்கும் மூன்று சதவிகிதம் உள் இட ஒதுக்கீட்டைக் கருணாநிதி நடைமுறைப்படுத்தி யுள்ளார். இதைச் செயல்படுத்தத் துணை முதல்வர் மு.க. ஸ்டாலின் உறுதியான நடவடிக்கைகளை

மேற்கொண்டு வருகிறார் எனத் தொடங்கும் அவ்வறிக்கை அவர் சமூக நீதிக்கொள்கை முழுமையாக வெற்றிபெற அயராது உழைக் கும் முதலமைச்சர் கருணாநிதியின் திட்டங்களை முன்னின்று நிறைவேற்றிவருகிறார் என்று முடிகிறது.

தனக்கு அடுத்ததாக மு.க. ஸ்டாலினை ஆட்சியதிகாரத் திற்குக் கொண்டுவருவது என்னும் நீண்டகாலத் திட்டத்தை நிறைவுசெய்ய வேண்டிய நிர்ப்பந்தத்திலுள்ள கருணாநிதி, அதிகாரத்தில் மட்டுமல்ல அரசியலிலும் திராவிட இயக்கத்தைப் 'பிரதிநிதித்துவப்படுத்தும்' தன் தொடர்ச்சி ஸ்டாலின்தான் என்பதை நிறுவும் முயற்சியின் பின்னணியிலேயே இது போன்ற 'சமூக நீதி' அறிக்கைகளை புரிந்துக்கொள்ள வேண்டும்.

1990களுக்குப் பிந்தைய அரசியலின் முக்கிய மாற்றங்களுள் ஒன்று சாதிரீதியான தனித்த அணித் திரட்சி. இதன் பின்னணி யில் வகுப்புரீதியாக வாக்குகள் பிளவுண்டன. மாநில அரசியலி லும் கூர்மைபெற்றுவிட்ட கூட்டணி ஆட்சிக்கான குரல் எனும் நிலைமையில் தனக்குப்பின் தன் வாரிசுகளால் எதிர் கொள்ளத்தக்க அரசியல் சூழலை உருவாக்க வேண்டிய நிர்ப்பந்தம் கருணாநிதிக்கு இருக்கிறது. இதன் தொடர்ச்சியாகத் திமுகவைத் தனிப்பெரும் கட்சியாக ஆட்சியை நோக்கி இட்டுச் செல்லும்படியான நடவடிக்கைகளில் அவர் இறங்கியுள்ளார். 2006இல் ஆட்சிக்கு வந்தது முதலே இத்திசையை நோக்கி அவர் செயல்படத் தொடங்கிவிட்டார். கடந்த காலங்களின் திமுக ஆட்சி, திமுகவின் அணுகுமுறை ஆகியவற்றை 2006க்குப் பிந்தைய ஆட்சியின் நடைமுறைகளோடு ஒப்பிட்டுப் பார்த் தால் இதை எளிமையாகப் புரிந்துகொள்ள முடியும். எதிர்க் கட்சி எனும் பாத்திரத்தை அதிமுக இழந்துவரும் நிலையில் பிற கட்சிகள் எதுவும் பிரதான எதிர்க் கட்சிகளாக மாற முடியாத அளவிற்கு அவற்றைப் பெரும் செலவிட்டுத் தேர்தலில் தோற்கடிப்பது, பிற கட்சிகள் பேசும் முக்கிய முழக்கங்களைத் தனதாக்கிக்கொண்டு அவற்றை இல்லாமல் செய்வது அல்லது தமக்கு நட்பான கட்சிகளாக வைத்துக்கொள்வது என்னும் உத்தியைத் திமுக கையாண்டுவருகிறது. அதாவது சமூகப் பரப்பில் நடந்துள்ள மாற்றங்களை நிராகரித்துச் விடாமல், அவற்றைக் கணக்கில்கொண்டு தன்னுடைய கட்சியின் உப பகுதிகளாக மாற்றிவிடும் வேலையில் அவர் ஈடுபட்டுள்ளார். சமூக அளவிலான இம்மாற்றங்களை ஆக்கபூர்வமான தளத் திற்கு இட்டுச்சென்று அக்குரலின் தனித்துவத்தை அங்கீகரிப் பதற்கு மாறாக, அடையாள அளவிலான மாற்றமாக மட்டுமே அவற்றை முன்னெடுத்து இறுதியாக வாக்குவங்கி அரசியல் என்னும் தளத்திலே குறுக்கி நிறுத்திவைத்திருக்கிறார்.

பெரும்பான்மை வகுப்பினருக்கான அரசியலை முன் னெடுப்பதன் மூலம் எண்ணிக்கையில் பெரும்பான்மையாக உள்ள சாதிகளை அதிகாரத்தில் பிரதிபலிப்பதாக மாற்றிவிட்ட திராவிடக் கட்சிகளால் சமூக அதிகாரத்திலும் எண்ணிக்கை யிலும் சிறுபான்மையாக உள்ள சமூகத்தினர் பெரும் புறக் கணிப்புக்குள்ளாகியுள்ளனர். தமிழகத்தின் அரசியல் அதிகாரத் தில் 5, 6 சாதிகளைத் தவிர்த்த மற்ற வகுப்பினருக்கான இடம் இல்லாமலே போய்விட்டது. 50 சதவிகிதத்தைத் தாண்டிய இட ஒதுக்கீட்டின் அளவு, பிற்படுத்தப்பட்டோர் + மிகவும் பிற்படுத்தப்பட்டோர் என்னும் கூடுதல் பகுப்பு, சாதிக்கேற்ப எம்எல்ஏ – அமைச்சர் பொறுப்புகள், வட்டாரங்களின் பெரும் பான்மைச் சாதி அடையாளங்களுக்கேற்ப உருவாக்கப்பட்ட சிலைகள், பெயர்கள் உள்ளிட்ட சாதிய அங்கீகாரம், ஒடுக்கப் பட்டோருக்கு அறிவிக்கப்படும் சலுகைகளுக்கு இணையாக ஆதிக்கச் சாதியினருக்கும் சலுகைகள் போன்ற நடைமுறைகள் திராவிடக் கட்சிகளால் வளர்த்தெடுக்கப்பட்டுச் சாதி அடை யாளங்கள் வாக்குவங்கிக்கான மூலதனமாக்கப்பட்டுள்ளன. இதன் பின்னணியில்தான் ஆதிக்கச் சாதிச் சங்கங்கள் தவிர்த்து தலித்துகள் உள்ளிட்ட சிறுபான்மை எண்ணிக்கை கொண்ட சாதியினர் தனித்த அமைப்புகளாகத் திரண்டமையைப் புரிந்து கொள்ள வேண்டியுள்ளது.

தீண்டாமையை அளவுகோலாகக் கொண்டு சமூக அதி காரத்தை மதிப்பிட்ட அம்பேத்கர் இட ஒதுக்கீட்டை அதிகார மற்ற வகுப்பினருக்கு மட்டுமே பகிர்ந்தளிப்பது குறித்துப் பேசி யிருப்பதை, எண்ணிக்கைப் பெரும்பான்மையின் ஆபத்தைப் புரிந்துகொண்டதன் அடிப்படையிலேயே விளங்கிக்கொள்ள வேண்டும். ஆனால் இப்புரிதலுக்கு எதிர் நிலையில் நிற்பது திராவிட இயக்கத்தின் கருத்து. இயக்கத்தின் அக்கருத்தை வாக்குவங்கி அரசியலை நோக்கி விஸ்தாரப்படுத்தியது திமுக. அதனால்தான் திராவிட இயக்கத்தின் உண்மையான வாரி சாகத் தன்னையே சொல்லிக்கொள்ள முயல்கிறார் கருணாநிதி.

தற்கால சமூகத் தளத்தில் எழுந்துள்ள குரல்களைத் தன் வாக்குவங்கி அரசியலுக்கேற்ப உட்கிரகிக்க விரும்பும் திமுக எம்எல்ஏ, அமைச்சர் பொறுப்புகளைத் தரக்கூடிய அளவிற்கு எண்ணிக்கையில் பெரும்பான்மையாக இல்லாத சாதியினருக்கு அதேவேளையில் வாக்குவங்கியாகவோ அமைப்பாகவோ மாறி யுள்ள அவர்களுக்கு இட ஒதுக்கீடு, நலவாரியங்கள் எனத் தந்து ஈர்க்க முயல்கின்றது. இசுலாமியர், அருந்ததியர் இட ஒதுக்கீடு, புதிரை வண்ணார், நரிக்குறவர் உள்ளிட்ட 20க்கும் மேற்பட்ட பிரிவினருக்கு நலவாரியங்கள் இவ்வாறுதான் ஏற்படுத்தப்பட்

டுள்ளன. இவ்வாரியங்களில் பலவற்றிற்கும் நிதி ஒதுக்கீடோ திட்டங்களோ முறையாகப் பகிர்ந்தளிக்கப்படவில்லை. வெறும் அடையாளரீதியான அங்கீகாரங்களாகவே இவை உள்ளன. இச்சலுகைகள் பெரும்பான்மைச் சமூகத்தினரைப் பாதிப்ப தாகவோ அவர்களைக் கோபமூட்டுவதாகவோ இல்லாமல் பார்த்துக் கொள்ளப்படுகிறது. மேலும் இப்புதிய பிரிவினருக்காக எடுக்கப்படுவதாகக் கூறப்படும் உடனடி முயற்சிகளும் தற்காலிக மானதாகவே இருக்க முடியுமெனத் தோன்றுகிறது. சான்றாக அருந்ததியர் ஒதுக்கீட்டை நிரப்பிவிட முனைவதாகக் கூறும் அரசு, அதே வேளையில் அருந்ததியர் தவிர்த்த பிற எஸ்சி/எஸ்டி பிரிவினருக்கான காலிப் பணியிடங்களை ஆண்டுகள் பல கடந்தும் நிரப்ப முன்வரவில்லை.

எளிய பிரிவினர்மீதான அரசாங்கத்தின் இத்தகு அங்கீ காரத்திற்குப் பின்னால் அப்பிரிவினரின் நீண்ட காலப் போராட்டங்களும் அமைப்புகளும் உள்ளன. அவை சார்ந்த இயக்கங்கள் மேற்கொள்ளும் போராட்டங்களின்போது அக்காரணங்களை அங்கீகரிக்காமல் கடுமையாக ஒடுக்கு கிறவர்களாக இவர்களே இருந்தார்கள். சான்றாக இன்றைய விடுதலைச் சிறுத்தைகளும் முஸ்லிம் முன்னேற்றக் கழகமும் கடுமையாக ஒடுக்கப்பட்டது முந்தைய திமுக ஆட்சியில்தான். ஆனால் அவற்றின் போராட்டத்தை அறவே மறைத்துவிட்டுத் தங்களின் மேலான கருணையால்தான் அவர்களுக்குச் சலுகை கிட்டியது என்று சொல்லவே பலரும் விரும்புகின்றனர். தலித்துகளுக்குக் கிடைத்துள்ள சலுகைகளைக் குறித்து அத்தகைய பொய்களையே தொடர்ந்து பரப்பி வருகின்றன திராவிடக் கட்சிகள். அருந்ததியர் இட ஒதுக்கீட்டிற்கான போராட்டம் அருந்ததியர் அமைப்புகளால் பல ஆண்டுகளாய் வளர்த்தெடுக் கப்பட்டு மையத்திற்குக் கொணரப்பட்டது. எல்லாவற்றையும் கடைசியாகக் கண்டுகொள்ளும் கம்யூனிஸ்டுகள் பள்ளர், பறையர்கள் தங்கள் கட்சியைவிட்டு வெளியேறிவிட்ட பின் னால், தம் தலித் ஆதரவுத் தரப்பைப் பலப்படுத்த முயன்று கடைசி ஆண்டுகளில் அருந்ததியர் இட ஒதுக்கீட்டிற்கான போராட்டத்தில் இறங்கினர். ஆனால் இடஒதுக்கீட்டுப் போராட்டத்தின் மூலம் திரட்சியாக மாறிய அருந்ததியர்களைத் தம் பக்கம் திருப்பும் நோக்கத்தில் உள் இடஒதுக்கீட்டை உடனே அறிவித்த கருணாநிதி, அப்போராட்டத்தோடு பெரிய அளவில் தொடர்பில்லாத அருந்ததியர் அமைப்புகளைவைத்துப் பாராட்டு விழாவையும் நடத்திக்கொண்டார். இதன் மூலம் போராடியவர்களைக் காட்டிலும் அதிகாரத்தில் இருந்துவிட்ட தன் மூலம் சலுகைகளை அறிவித்த கருணாநிதி முதன்மையாகி விடுகிறார். இன்னமும் அதிமுக தன் வாக்கு வங்கியாகத்

தக்கவைத்துக்கொண்டிருக்கும் தமிழகத்தின் மேற்குப் பகுதியில் வாழும் அருந்ததியர்களை நோக்கிய திமுகவின் இட ஒதுக்கீடு பற்றிய இந்த அறிவிப்பு வாக்கு வங்கி தொடர்புடையதே. ஆனால் அதை நீண்டதொரு போரடத்தினால் விளைந்ததாக காட்டாமல் தன்னுடைய கருணையின் பரிசாகப் பிரச்சாரம் செய்கிறது. இவ்வாறுதான் திருநெல்வேலி பல்கலைக்கழகத்தில் அருந்ததியர் பெண்ணுக்கு வழங்கப்பட்ட பணி நியமனத்தின் உண்மையான பின்னணியை முற்றிலுமாக மறைத்து மு.க. ஸ்டாலினை முன்னிறுத்தியுள்ளனர்.

இந்நியமனத்திற்காக மூன்று வெவ்வேறு வகையான விளம்பரங்களை நெல்லை மனோன்மணியம் சுந்தரனார் பல்கலைக்கழகம் வெளியிட்டிருந்தது. ஒன்றுக்கொன்று முரண் பட்ட தகவல்களைக்கொண்ட இவ்விளம்பரங்களில் இறுதியாக வெளியான 20.11.2009 நாளிட்ட விளம்பரத்தின்படியே தற் போதைய நியமனம் நடைபெற்றுள்ளது.

முதல் விளம்பரத்தின்படி ஏழு பணியிடங்கள் எஸ்சி, எஸ்டி வகுப்பினருக்கு அறிவிக்கப்பட்டிருந்தன. இதன்படி விண்ணப்பங்களும் அளிக்கப்பட்டு நேர்முகத் தேர்வுக்கான கடிதங்களும் அனுப்பப்பட்டன. அதற்கு பிறகு மற்றுமொரு விளம்பரமும் பல்கலைக்கழகத்தால் வெளியிடப்பட்டது. அதில் ஏற்கனவே அறிவிக்கப்பட்ட ஆறு பணியிடங்களுக் கான இட ஒதுக்கீடு மட்டும் மாற்றி அமைக்கப்பட்டுள்ளதாகச் சொல்லப்பட்டிருந்தது. இரு நூறு பாயிண்ட் ரோஸ்டர் முறையைப் பின்பற்றி இம்மாற்றம் செய்யப்பட்டதாக அதில் காரணமும் கூறப்பட்டிருந்தது. இதில் ஏற்கனவே எஸ்சிக்கென ஒதுக்கப்பட்டிருந்த மூன்று இடங்களில் இரண்டு எம்பிசி பிரிவினருக்கும் ஒன்று பொதுப் போட்டியாகவும் பொதுப் போட்டியாக இருந்த மூன்று இடங்களில் ஒன்று எஸ்சி பிரிவினருக்கும் இரண்டு எம்பிசிக்கும் ஒதுக்கீடு செய்யப்பட் டிருந்தது. இதன் மூலம் எஸ்சி பிரிவினருக்கு ஒதுக்கப்பட் டிருந்த மூன்று இடங்கள் ஒன்றாகக் குறைக்கப்பட்டிருந்தது. மிகவும் பிற்படுத்தப்பட்டோரரான எம்பிசிக்கு நான்கு இடங் கள் புதிதாக உருவாக்கப்பட்டிருந்தன. தேவர் சாதியின் ஒரு பிரிவினரான மறவர் சமூகமே இங்கு எம்பிசி வகுப்பாக உள்ளது. அரசியல்ரீதியாக மாவட்டச் செயலாளர் முதல் சபாநாயகர்வரை மறவர் சமூகத்திற்கே வழங்கி அச்சாதியைச் சார்ந்துள்ளது திமுக என்பதை இவ்விடத்தில் இணைத்துப் புரிந்துகொள்ளலாம். இந்நிலையில் மார்க்சிஸ்ட் கம்யூனிஸ்ட் கட்சியைச் சேர்ந்த கணேசன் என்னும் தலித் மதுரை உயர் நீதிமன்றக் கிளையில் வழக்கு ஒன்றைத் தொடர்ந்தார். எஸ்சி/ எஸ்டி பிரிவினர் என்று பொதுவாகக் கூறியிருப்பதையும்

அருந்ததியர் உள் ஒதுக்கீடு பின்பற்றப்படாமையையும் அவ் வழக்கில் சுட்டிக்காட்டியிருந்தார் அவர். இம்மனுமீது 13.11.2009 அன்று பதிலளித்த பல்கலைக்கழகம் தமிழக அரசின் தற் போதைய இட ஒதுக்கீட்டு முறையைப் பின்பற்றி இந்நியமனம் அமையுமென்று உறுதி அளித்திருந்தமையால் வழக்கு முடிவுக்கு வந்தது. இதற்குப் பிறகு 20.11.2009 அன்று பல்கலைக்கழகம் வெளியிட்ட விளம்பரத்தில்தான் அருந்ததியர் உள் ஒதுக்கீடு குறித்துக் குழப்பமில்லாமல் தெளிவாகக் கூறப்பட்டிருந்தது. எனவே இந்தப் பணி நியமனத்தில் நீதிமன்றத் தலையீடு முக்கியப் பங்காற்றியுள்ளது. இதை மொத்தமாக மறைத்துள்ள தமிழக அரசின் அறிக்கை தன்னை முன்னிறுத்திக்கொள்வதற் காக, விண்ணப்பதாரர் ராதா இணையம் மூலமாக மு.க. ஸ்டாலி னுக்கு அனுப்பிய கடிதத்தைப் பயன்படுத்தியிருக்கிறது. இதற் கிடையில் இக்கருணையின் மற்றொரு பங்குதாரராகத் தன்னை யும் நிறுவ முயலும் *நக்கீரன்* இதழ் (26.12.2009) ராதாவின் பயோடேட்டாவைத் துணை முதல்வருக்குத் தம் இதழே அனுப்பி வைத்ததாகவும் அதன் பொருட்டே ஸ்டாலின் பல்கலைக்கழகத்திடம் பேசியதாகவும் குறிப்பிட்டுக்கொள்கிறது. தன்னை முன்னிறுத்தும் வேகத்தில் *நக்கீரன்* இதழும் நீதிமன்றத் தலையீட்டைச் சொல்லாமல் விட்டிருக்கிறது. *நக்கீரனின்* கருத்துப்படியே பார்த்தாலும் தமிழக அரசின் அறிக்கையை பற்றியோ அதன் 'முன்முயற்சியையோ' குறிப்பிடாமல் விட்டிருக் கிறது. தமிழக அரசின் அறிக்கையில் விண்ணப்பதாரர் ராதா வின் வறுமை மிக்க குடும்பப் பின்னணியை விரிவாகக் கூறி யிருப்பதற்குக் காரணம் வறுமையுள்ள ஒருவரைக் கைகொடுத் துத் தூக்கினோம் என்று கூறிக்கொள்வதற்கே.

சமூகத்தின் பல்வேறு தரப்பிலும் எழுந்துள்ள விழிப் புணர்வைக் கண்டுகொண்டுவிட்ட திமுக அது சார்ந்த பிரச்சினைகளை மட்டுமல்ல, அப்பிரச்சினையை முன்னெடுத்த சக்திகளையும் அறிவாளிகளையும்கூடத் தன்பால் அர வணைத்துக்கொள்ள முயல்கிறது. மாற்று அரசியல், மாற்று அடையாளம் பேசிய பலரும் திமுக பெருமை பேசுபவர்களாக மாறியுள்ளனர். கிடைத்து வரும் அங்கீகாரங்களுக்குப் பின்னா லுள்ள அமைப்புகளையும் போராட்டங்களையும் கவனப்படுத் தாமல் கருணாநிதியின் கருணையைக் கவனப்படுத்துபவர் களாக அவர்கள் மாறிப்போயுள்ளனர். இதற்காகவே கருணா நிதி அவர்களை அரவணைத்தார். கருணாநிதி பிரயோகிக்கும் கருணை என்னும் அதிகாரத்தில் தங்களுக்கும் ஒரு பங்கு கிடைக்குமென்பதால் இந்நிலைமை.

***காலச்சுவடு*, பிப்ரவரி 2010**

ஜல்லிக்கட்டு: புலப்படாத உண்மை

இரு வாரங்களுக்கு முன் ஜல்லிக்கட்டு விழாவைத் தடைசெய்ய வேண்டுமென உச்சநீதிமன்றம் தீர்ப்பளித்தது. தீர்ப்பு வெளியான பின்பு தமிழகத்தில் உணர்ச்சிமயமான சூழல் உருவாகின. அலங்காநல்லூர் போன்று ஜல்லிக் கட்டுக்குப் பேர்போன ஊர்களின் கிராம மக்கள் உண்ணாவிரதம், ஆர்ப்பாட்டம் எனத் தொடர்ச்சியான எதிர்ப்பில் இறங்கினர். பாரம்பரியமான விழாவைத் தடைசெய்வதன் மூலம் தமிழ்ப்பண்பாட்டையே இல்லாமல் ஆக்குகின்றனர் என்று பாரம்பரியம், மரபு, பண்பாடு போன்ற உணர்ச்சிகரமான உபகரணங்களோடு இப்பிரச்சினையை இணைத்துப் பேசியதால் கொதிப்பு நிலை மேலும் கூடிப்போனது. பெரும்பான்மை மக்களின் மனோபாவம் உணர்ச்சிமய சூழலோடு ஒத்திசைந்து போவதால் அரசியல் கட்சிகள் போட்டிபோட்டு இத் தடையை எதிர்த்தன. மக்களுடைய 'நம்பிக்கை'க்கு இணங்கிய தமிழக அரசு இத்தீர்ப்பு குறித்த பரிசீலனை மனுவை உடனடியாக நீதிமன்றத்தில் தாக்கல் செய்தது இறுதியாக சில நிபந்தனைகளோடு ஜல்லிக்கட்டு விழாவை நடத்தலாம் என்று நீதிமன்றம் அனுமதியளித் துள்ளது. இந்த மகிழ்ச்சி மாடுவிட்டுகொண்டாடப்பட்டுக் கொண்டிருக்கின்றன. ஜல்லிக்கட்டில் மாடு முட்டி இறந்த ஒருவரின் தந்தையார் செய்த முறையீட்டின் பேரில் ஜல்லிக்கட்டு தடை செய்யப்பட்டுவிடுமோ என்ற பேச்சு கடந்த இரண்டாண்டுகளாகவே எழுந்தவண்ண மிருந்தன. இதனால் ஜல்லிக்கட்டு விழாவிற்கான நாள் நெருங்கும்போதெல்லாம் அதற்கு ஆதரவான போராட் டங்களும் குரல்களும் முனைப்பாக வெளிப்படும்.

ஜல்லிக்கட்டுத் தடையை ஆதரிப்போர் பிராணி வதை தடுப்பு, மாடு முட்டி மனிதர்கள் இறந்து போவதைத் தடுத்தல் போன்ற நடைமுறை காரணங்களின் அடிப்படையிலேயே தடையை ஆதரித்தனர். தடையை எதிர்ப்போர் பண்பாடு, மரபு போன்ற சொற்களைக் கையாண்டனர் என்றால் ஆதரிப்போர் ஜீவகாருண்யம் மற்றும் அதனோடு தொடர் புடைய சொற்களைப் பயன்படுத்தினர். கிரிக்கெட் போன்ற மேலை நாட்டு விளையாட்டு அதனூடாகப் பரப்பப்படும் கோக், பெப்ஸி உள்ளிட்ட பொருட்களுக்கான விளம்பரங்கள் திணிக்கப்படுவதை ஜல்லிக்கட்டு போன்ற விளையாட்டுகள் தடுத்து நிறுத்துகின்றன என்று ஒரு புறமும் உயிர்களை வதைக்கா திருத்தல், அதனூடாகப் பேணப்படும் அகிம்சை என்று மறு புறமும் காந்தியின் சுதேசியம் சார்ந்த கருத்துகள் இருதரப்பிலுமே கையாளப்பட்டுள்ளன. இதையெல்லாம் கடந்து இந்துக்களின் நம்பிக்கையான ராமர் பாலத்தை ஏற்காத திமுக தலைமையி லான தமிழக அரசு ஜல்லிக்கட்டு எனும் நம்பிக்கையை ஏற்றது எப்படி என்றும் அரசியல்ரீதியான கேள்விகளும் எழுப்பப் பட்டு வருகின்றன. திமுக அரசின் சாதனையாக மாறிவிடும் என்பதால் ராமர்பால பாதுகாப்பின் பேரில் சேது சமுத்திரத் திட்டத்தை எதிர்க்கும் அதிமுககூட பெரும்பான்மை மக்களின் உணர்வுக்குப் பணிந்து இது பற்றி கருத்து ஏதும் கூறவில்லை என்பது கவனிக்கத்தக்கது.

ஜல்லிக்கட்டு விழா மாடுவிடுதல், எருது விடுதல், மஞ்சு விரட்டு போன்ற பல்வேறு பெயர்களில் தமிழகத்தின் தொண் ணூறு சதவீத கிராமங்களில் நடத்தப்படுகின்றன. சில பகுதி களில் மாட்டுப் பொங்கலன்றே நடத்தப்படும் இவ்விழா பல பகுதிகளில் காணும் பொங்கலன்றும் தை மாதத்தின் வேறு நாட்களிலும் நடக்கின்றன. மதுரை, சிவகங்கை, புதுக்கோட்டை ஆகிய பகுதிகளில் பல்வேறு கிராமத்தாரும் ஒரே இடத்தில் கூடி பார்க்கும்படியான வகையில் வெகு விமர்சையாக இவ்விழாக்கள் நிகழ்த்தப்படுகின்றன. மாடு பிடிப்பதால் பலருக்குக் காயங்களும் மரணமும் நேர்கின்ற தென்றாலும், இதை வீரம் சார்ந்த விளையாட்டாகவே அடை யாளப்படுத்த விரும்புகிறது நம் சமூகம். இவ்விழாக்களை ஒட்டி விழா நடத்தும் ஊரார் மாடு வளர்த்தவர், மாடு பிடி வீரர் என்றும் சமூக மரியாதை வழங்கப்படுவதும் வருடந்தோறும் அம்மரியாதைப் புதுப்பிக்கப்படுவதும் மேலெழுகின்றன.

ஜல்லிக்கட்டை ஆதரிப்பவர்களும் எதிர்ப்பவர்களும் காண மறுக்கும் வேறு சில முக்கிய அம்சங்களும் இதிலுள்ளன. அதாவது இவ்விழாவை அடிப்படையாகக் கொண்டு கட்டப் படும் சாதி சார்ந்த மரியாதைகளும் அம்மரியாதையோடு

சேர்த்து அடையாளப்படுத்தப்படும் வீரமும் ஆதிக்க சாதியினர் சார்பானதாகவே இருப்பதுதான் அது சாதியை அடிப்படை யாகக் கொண்டியங்கும் நம் சமூகத்தில், அதிலும் கிராமங் களில் அப்பாகுபாட்டின் நீட்சி ஜல்லிக்கட்டு போன்ற விழாக் களிலும் இருப்பதை யாரும் கவனிப்பதில்லை. முதலில் ஜல்லிக் கட்டில் எல்லாச் சமூகத்தவரின் மாடுகளும் கலந்துகொள்ள முடியாது. ஊரின் பொதுமந்தை, பொதுக்கோவில், திருவிழா என்பவை ஆதிக்க சாதியினருக்கானதே. இவை சார்ந்த விழாக் களில் ஊரோடு தலித் மக்கள் சமமாக கலந்துகொள்ள முடியாது. கோயில் திருவிழா போன்ற சூழல்களில் பறையடித்தல், பந்தல் போடுதல், சுகாதாரப் பணிகளைச் செய்தல் என்றெல் லாம் நிர்ப்பந்திக்கப்படும் இம்மக்கள் வேண்டுமானால் பார்வை யாளர்களாக இருக்க முடியும். பார்வையாளர்களாக அவர்கள் எங்கே நிற்க வேண்டும் என்பதற்கு வரையறைகளும் உள்ளன. இந்நிலையில் அனைத்து மக்களுக்குமான பொதுவான விழா என்ற அமைப்பே இங்கில்லை. அந்த வகையில் ஜல்லிக்கட்டும் ஊரின் ஆதிக்க வகுப்பினருக்கே உரியதாக இருந்து வருகிறது. மக்களின் உணர்வு, பண்பாடு என்ற சொல்லப்படுவதெல்லாம் பெரும்பான்மைச் சாதிசார்ந்ததே ஆகும். இதனாலேயே அரசும் அரசியல் கட்சிகளும் இதற்காகக் காவடி எடுக்கின்றன.

பல்வேறு கிராமங்களிலும் ஊர் வேறு, சேரி வேறு என்று தான் விழாக்கள் நடந்து வருகின்றன. ஜல்லிக்கட்டும் அப்படித் தான். ஊரார் நடத்தும் ஜல்லிக்கட்டைப் போல தலித் மக்களும் தம் குடியிருப்புப் பகுதிகளில் தனியாக மாடுவிட்டுக்கொள் கின்றனர். இதுவே யதார்த்தமாக உள்ளது. இன்றைக்கு அரசு அறிவித்துள்ள சமத்துவப் பொங்கல் விழா சமத்துவமற்ற போக்கை ஏற்றுக்கொண்டு அதை மாற்றியமைக்கும் முகமாக செயல்படுத்தப்படுகின்றன. வரவேற்கத்தக்க இந்த அறிவிப்பு கூட அரசுசார்ந்த சடங்காக மட்டுமே நடக்கின்றது. கோயில், ஊராட்சிமன்றக் கட்டிடங்கள், பொது மந்தை போன்ற இடங் களில் ஊராட்சி உறுப்பினர்களால் நடத்தப்படும் இவ்விழா சேரியிலோ அனைத்து மக்களின் பங்கேற்பிலோ நடப்பதில்லை. இது அரசும் கட்சிகளும் அறியாத விஷயமுமல்ல.

ஜல்லிக்கட்டின்போது வழங்கப்படும் முதல்மரியாதை போன்ற அம்சங்கள் சாதி சார்ந்தவையாக இருப்பதை யாரும் மறுக்க முடியாது. ஆனால் மாட்டை அழைத்துச் செல்லத் தொடங்குவது முதல் வெறியூட்டி விரட்டுவது வரை தலித் தொருவர் மேளம் அடிக்க வேண்டும். சாமி கைங்கரியமான அதற்கு கூலியும் பெற முடியாது. கிராமக் கோயில்களில் மாட்டின் கொம்பில் புதுவேட்டி கட்டி விரட்டும்போது கொட்டு அடிக்க வேண்டும். இதற்கு மறுப்பு எழுந்தால் வன்முறை

கட்டவிழ்த்து விடப்படும். மாடு விடப்படும் விழா நடை பெறும் ஒவ்வொரு கிராமத்திலும் இந்நடைமுறை வழக்கில் உள்ளது. இப்பாகுபாட்டிற்கு எதிராக நீதிமன்றத்தில் வழக்கும் தொடரப்பட்டது.

ஆனால் ஜல்லிக்கட்டுக்குப் புகழ்பெற்ற அலங்காநல்லூர், பாலமேடு பகுதிகளில் நிலைமை பிற பகுதிகளின் நிலைமைக் குச் சற்றே வேறுபட்டது. தீர்க்கமான சாதிக்கோடுகளால் பிரிக்கப்படாத இவ்வூர் விழாக்களில் மாடுபிடி வீரர்களாகவும் மாட்டுக்குச் சொந்தக்காரர்களாகவும் தலித் மக்கள் இருப்ப துண்டு. இந்து அறநிலையத் துறை சுற்றுலாத் துறை மற்றும் கிராம ஊராட்சி நிர்வாகம் இணைந்து நடத்தும் இவ்விழாவில் வாடிவாசலுக்கு எதிரிலுள்ள காளியம்மன் கோயிலில் ஆசாரி சமூகத்தினர்தாம் பூசாரி. முதல் மாடு விடுவதற்கு முன் விபூதி போடும் முனியாண்டி கோயிலின் பூசாரி பறையர் சமூகத்தவர். இவ்விரண்டு கோயிலின் பூஜைக்குப் பிறகே ஜல்லிக்கட்டு தொடங்கும். ஆனால் இக்கோயில்சார்ந்த நாட்டாமையாக நாயக்கர் மற்றும் தேவர் உள்ளிட்ட சமூகத் தினர்தாம் உள்ளனர். பாரம்பரியமாக இருந்துவந்த மரபின் தொடர்ச்சி காரணமாகப் பூசாரிகளாக உள்ள ஒடுக்கப்பட்ட சமூகத்தினருக்கான இந்த உரிமையைக்கொண்டு சமத்துவமான நிலைமை நிலவுவதாகக் கருதமுடியாது. கோயில் எனும் வெளிக்கு புறத்தே இப்பூசாரிகள் ஒடுக்கப்பட்ட சாதியினர்தாம்.

இப்பகுதி ஜல்லிக்கட்டு விழாக்களின்போது வேறுவகை யான சமூக வன்முறைகள் நடந்துவருகின்றன. அதாவது இவ்விழாக்களை ஒட்டிய ஆதிக்க சாதியினரின் களிப்பு ஒடுக்கப் பட்ட மக்கள்மீதான வன்முறையாக உருமாறிவிடுகின்றன. இவ்வாறு பல சம்பவங்களைச் சொல்லமுடியும். 1983ஆம் ஆண்டு சனவரி 17ஆம் நாள் பாலமேடு மாணிக்கப்பட்டியைச் சேர்ந்த காட்டுராஜா என்பவர் கொல்லப்பட்டார். இந்நாளில் அங்கு ஜல்லிக்கட்டு நடந்தது. இப்படுகொலைக்கு எதிராக பாரதிய தலித் பேந்தர் அமைப்பு, அம்பேத்கர் மக்கள் இயக்கம், DLM போன்றவை எதிர்ப்பு பேரணி நடத்தின.

இதேபோல 1994 சனவரி 17 பொங்கல் நாளில் அம்பேத்கர் பாடல் ஒலிபரப்பியதை ஒட்டி அலங்காநல்லூர் பகுதியின் எர்ரம்பட்டி சேரி சூறையாடப்பட்டது. இதன் தொடர்ச்சியாக 2001இல் சோலைமலை என்பவர் கொல்லப்பட்டார். கடந்த 2007 சனவரி 17ஆம் நாள் மேலூர் தெற்கு தெருவை அடுத்துள்ள கத்தம்பட்டியில் பொங்கலை ஒட்டி நடந்த கிரிக்கெட் விளையாட்டில் தொடங்கிய தாக்குதலால் அந்த ஊரின் சேரி சிதைக்கப்பட்டது. தாக்குதலில் கத்தம்பட்டி மலைச்சாமி

என்பவர் 19.01.2007இல் மரணமடைந்தார். இந்த ஊரில் கோயிலில் நுழைய முயன்ற தலித் மக்கள் கடுமையாக அச்சுறுத்தப்பட்டுள்ளனர். ஒவ்வொரு ஆண்டின் தைப்பொங்கல் தொடங்கி பங்குனி வரையிலும் திருவிழா நடைபெறும் காலங்களில் இங்கு கடும் பதட்டம் நிலவி வருகிறது. கோயில் நுழைவு போன்று ஏதேனும் நடந்து 'அசம்பாவிதம்' ஏற்பட்டுவிடாமல் தடுக்க காவல் துறை பாதுகாப்பு இருக்கிறது. கடந்த எட்டு ஆண்டுகளாக இதே நிலை தொடர்கிறது. இதேபோன்று பல்வேறு தாக்குதல்களைத் தமிழகமெங்கும் நாம் தொகுக்க முடியும் சாதி சமன்பாடுகளைக் குலைக்காத வகையிலேயே எந்த விழாக்களும் இங்கு நடத்தப்படுகின்றன. மரபுரீதியான பண்டிகைகளும் விழாக்களும் சமூகத்தில் கட்டுணர்வை உருவாக்கவும் புதுப்பிக்கவும் நடத்தப்படுகின்றன. ஆனால் நம் சூழலில் சமூகம் என்பதே சாதியைச் சுட்டுவதாக மட்டும் இருக்கும் நிலையில் சாதிக் குழுவொன்றின் கூட்டுணர்வையே இவ்விழாக்கள் புதுப்பிக்கின்றன. மதம் சார்ந்த விழாக்கள் மட்டுமல்லாமல் மதம் கடந்ததாகச் சொல்லப்படும் நம் தமிழின (?) விழாக்களிலும் சாதி தான் உள்ளீடாக இருக்கின்றன என்றால், சாதி கடந்த விழா என்ற அம்சம் புலப்படுவது எப்போது?

தீராநதி (குமுதம்) பிப்ரவரி 2008

சாதி: மறைப்பதும் கடப்பதும்

(ராமதாஸ் என்னும் தமிழ் 'அரசியல்'வாதியை முன்வைத்து)

1986இல் வன்னியர்களுக்கு இடஒதுக்கீடு என்னும் கோரிக்கையின் மூலம் அரசியலுக்கு அறிமுகமானார் ராமதாஸ். குறிப்பிட்ட சாதியினருக்கான நலனை மறைக்க பல்வேறு முற்போக்கான அடையாளங்களை கையாள முடியும் என்ற தமிழகத்தின் கடந்த கால முன்னுதாரணத்தைப் பயன்படுத்திய அவர் அதன்மூலம் விரைவிலேயே சமூக நீதிக்கான குரலாகவும் 'மாறி'னார். இந்திய அளவில் அப்போது எழுந்த பகுஜன் என்ற அடையாளத்தோடு தமிழகத்தில் பிராமணரல்லாத அரசியலாக அறியப்பட்ட தலித் ஆதரவை இணைத்த அரசியல், தமிழின ஓர்மை, ஈழஆதரவு என்று அவருடைய அடையாளங்கள் பொலிவுபெற்றன. அதற்கேற்ப வன்னியர் சங்கத்தைப் பாட்டாளி மக்கள் கட்சியாக மாற்றிய அவர் இந்த அடையாளங்களை தேவைக்கேற்ப பேசவும் கிடப்பில் போடவும் செய்தார். இதனால் திரட்டப்படாமல் கிடந்த வன்னியர் வாக்கு 'சுலபமாக'த் திரண்டது.

சமகாலத் தமிழக அரசியலிலும் ராமதாஸின் செயற்பாடுகள் கவனிக்கத்தக்கதாக மாறியுள்ளது. அவர் கவனம் செலுத்தாத, கருத்து தெரிவிக்காத துறைகளே கிடையாது என்ற அளவிற்கு அவரின் தீவிரம் சூடுபிடித்துள்ளது. திராவிட கட்சிகளின் சரிவால் கூட்டணி ஆட்சிக்கான வாய்ப்புகள் பெருகிவரும் நிலையில் தன்னை முக்கியக் கட்சியாக நிறுவிக்கொள்ளும் பொருட்டு நேரடி சாதி அடையாளம் பூணாத பலப் பிரச்சினைகள் குறித்தும் பேசுகிறார். 'மக்கள்' தொலைக்காட்சியும் 'தமிழ் ஓசை' நாளேடும் உருவாகியுள்ள நிலையில் ஊடக வெளிச்சமும்

கிடைத்துள்ளது. சுற்றுப்புற சூழல் விழிப்புணர்ச்சி, சமூக ஒற்றுமை, தமிழ் மேம்பாடு ஆகிய செயற்பாடுகளால் அவரை மீண்டும் 'பெரியாராக்கி'ப் பார்க்கும் விளக்கங்கள் பெருகியிருக்கின்றன. வன்னியர் வாக்குகளைத் திரட்டிவிட்டதாக நம்பும் ராமதாஸ் தனது அடுத்தக்கட்டமாக சாதி அடையாளத்தை மறைத்து ஆட்சி அதிகார நோக்கத்தில் பரவலான பிரச்சினைகளைக் கையிலெடுக்கிறார். ஆனால் இந்நடைமுறைகள் மூலம் சாதி அடையாளத்தை மறைக்க முடியுமா? அல்லது சாதி அடையாளத்தையே கடக்க முடியுமா? என்று கேட்டுப் பார்ப்பதே அவரின் போராட்டங்களைப் புரிந்துகொள்ள வழிவகுக்கும்.

தற்போது விடுதலைச் சிறுத்தைகள் கட்சியோடு இணைந்து ராமதாஸ் பேசும் தமிழ் அடையாள அரசியல் கவனிக்கத்தக்க தாகியிருக்கிறது. சாதி முரண்பாடுகளால் பிளவுண்டு கிடக்கும் இரண்டு வகுப்பினரைப் பிரதிபலிக்கும் கட்சிகள் முரண்பாட்டிற்குக் காரணமான அம்சத்தைப் பற்றி பேசாமல், அதைப் புறந்தள்ளிவிட்டு நிலவும் மொழி சார்ந்த எதார்த்தத்தை அடிப்படையாகக் காட்டி அமைப்பொன்றை கட்டிக்கொள்கின்றன. எனில் இவ்விடத்தில் தமிழ் என்னும் அடையாளத்தின் நோக்கம் என்ன? அது முரண்பாடுகளை மூடிக்கொள்வதற்கான ஓர் அடையாளம். இது போன்ற சூழலில் முரண்பாடு கொண்டிருக்கும் இருவகுப்பினரில் ஆதிக்க வகுப்பினருக்கு மட்டுமே பலன் கிடைக்கும் என்பதுதான் கடந்தகால அனுபவம்.

தலித்துகள் அளவிற்கு கல்வி பரவலாகாமல், சாதிக்குள்ளேயே உள்ளடங்கி குழு மனநிலையில் இருந்த வன்னியர்களை அரசியல் பேரத்திற்குரிய சக்திகளாக மாற்றியபோது ராமதாஸிற்குத் திராவிடர் கழகம், திமுக ஆகிய கட்சிகளின் வன்னியர் சாதி பின்னணியும் சிதறிப்போய்விட்ட ஆயுதம் தாங்கிய தமிழ்த் தேசிய குழுவிலிருந்தோரின் பங்களிப்பும் உதவின. அதுவரையிலான வெவ்வேறு தளத்திலான வன்னியர்களின் தியாகமும் பாமக வளர்ச்சிக்குப் பயன்பட்டது. மார்க்சிய-லெனினிய, தமிழ்த் தேசிய அறிவு ஜீவிகளும் உதவினர். இவ்வாறு பல்வேறு முற்போக்கு அரசியல் அனுபவங்களை உள்வாங்கிக்கொண்ட அக்கட்சி அவைகளின் அரசியலைத் தாம் சார்ந்த சாதியினரிடம் கொண்டுசெல்லவே இல்லை. அவர்களைச் சாதியாக தக்கவைத்துக்கொள்வதே அதிகாரத்தை ஈட்டக்கூடிய தேர்தல் போன்ற காலங்களில் எளிமையாகப் பயன்படும். தலித் ஒற்றுமையை அரசியல் 'பிராண்டு'க்காகவும் அதிகார நலன்களுக்காகவும் பேசிவிட்டுச் சாதிய மேலாண்மையை மட்டும் சேதாரம் இல்லாமல் பாதுகாப்பது என்னவகை அணுகுமுறை? இவ்வாறுதான் சாதிமுரண்பாடு

களை அப்படியே வைத்துக்கொண்டு பிற சமூகத் தலைவர் களோடு மேடையில் தோன்றும் ஜால வித்தையிலிருந்து உரு வாக்கப்பட்டது தமிழ்ப் பாதுகாப்பு இயக்கம்.

அடுத்து பாமகவின் முக்கிய அடையாளங்களுள் ஒன்று இட ஒதுக்கீட்டு கோரிக்கையாகும். ஒடுக்கப்பட்டோருக்கான நலன் என்பதிலிருந்து தொடங்கி பெரியாரிய அரசியலின் வெற்றி என்பதாகக் கருதப்பட்டுவரும் கோரிக்கை அது. பாமக விற்கு சமூக நீதிமுகத்தை உருவாக்கித் தந்ததில் இக்கோரிக்கைக்கு முக்கியப் பங்குண்டு. பிற்படுத்தப்பட்டோர் என்பதிலிருந்து மிகவும் பிற்படுத்தப்பட்டோர் என்னும் பட்டியலை உருவாக்கிய தில் முன்னின்ற அவர் இன்றைக்கு மத்திய அரசு நிறுவனங் களில் பிற்படுத்தப்பட்டோருக்கான ஒதுக்கீடு, தனியார்த் துறையில் ஒதுக்கீடு என்றும் பரந்து பேசுகிறார். தேசிய அளவைத் தாண்டி மாநிலங்களான வட்டாரங்களில் குறிப்பாகத் தமிழகத் தில் ஒதுக்கீட்டில் நிரப்பப்படாத எஸ்.சி/எஸ்.டி வகுப்பினருக் கான இடங்கள் அதிகம். இதேபோல பல்துறை சார்ந்த தனியார் நிறுவனங்களிலும் அவர்களுக்கு இடமிருப்பதில்லை என்பதை விளக்கப் புள்ளிவிவரங்கள் தேவையில்லை. எந்தவொரு நிறுவனத்தையும் சொந்தமாகக் கொண்டிராத தலித் வகுப்பின ருக்கு அவர்களையும் உள்ளடக்கிப் பேசும் பிராமணரல்லாத நிறுவனங்களில்/கட்சிகளில் அளிக்கப்பட்டுள்ள பிரதிநிதித்துவம் என்ன? அச்சு - காட்சி ஊடகம் தொடங்கி அரசாங்க டெண்டர் வரை இம்மக்களுக்கோ இம்மக்களின் கருத்துகளுக்கோ இடமே இருப்பதில்லை. கடந்த காலங்களில் பேசப்பட்ட பிராமணரல் லாத அரசியலின் விளைவாக பிராமணர்கள் நடத்தும் ஊடகங் களிலும் தலித் அல்லாதவர்களே நிரம்பியுள்ளனர்.

பாமகவின் இட ஒதுக்கீட்டுப் பார்வை என்பது பெரும் பான்மைவாதப் பார்வைதான். பிற்படுத்தப்பட்டோர், மிகவும் பிற்படுத்தப்பட்டோர் ஆகிய பட்டியலில் அடங்கியுள்ள எல்லாச் சாதியினருக்கும் ஒதுக்கீட்டின் பயன் சென்று சேர்வதில்லை. ஒவ்வொரு பட்டியலிலும் உள்ள எண்ணிக்கை அதிகமுள்ள சாதியினர் மட்டுமே அதன் பலன்களை எடுத்துக்கொள்கின்ற னர். சான்றாக, நாடாளுமன்ற/சட்டமன்ற பிரதிநிதித்துவம் என்றால் வடமாவட்டங்களில் வன்னியர்களுக்கும் தென் மாவட்டங்களில் முக்குலத்தோர்களுக்கும்தாம் எல்லாக் கட்சிகளாலும் வழங்கப்படுகின்றன. இது சமூக நீதியே இல்லை. பிற எண்ணிக்கை சிறுபான்மையினரின் பிரதிநிதித் துவத்தையும் பெரும்பான்மையினரே எடுத்துக்கொள்கின்றனர். ஆனால் பிற்படுத்தப்பட்டோர், மிகவும் பிற்படுத்தப்பட்டோர் ஒதுக் கீட்டினை அனைத்துச் சாதியினருக்குமான நீதி என்று மாற்றிக்

காட்டுவதன் மூலம் தலித் இயக்கங்களையும் இச் சொல்லாட லின் கீழ் பணியவைக்க முடிகிறது.

ராமதாஸின் கடந்த காலத்தை மறந்துவிட்டு சமகால நடவடிக்கைகளையாவது சாதிய கண்ணோட்டத்திலிருந்து மதிப்பிட முடியுமா? என்னும் கேள்வி இங்கு எழலாம். வடமாவட்டங்களைக் கடந்து தென்மாவட்டங்கள் வரை கட்சியை விரிவாக்கும் அவர் தென் மாவட்டங்களில் சாதிவாரி யாகத் தேர்வுசெய்யும் நிர்வாகிகள், ஒவ்வொரு சாதியின் நலன்களைக் காக்கும் போராட்டங்களை முன்னெடுப்பது என்றுதான் விரிவடைகிறார். வடமாவட்டங்களில் வன்னியர் களின் தலித்துகள்மீதான வன்முறைகளுக்கு எதிராக சிறு கண்டனக் குரலையும் உயர்த்தாத அவர் தென்மாவட்டங் களில் தலித்துகளுக்கு கட்சியில் பொறுப்பளிப்பது முதல் தலித் உட்சாதிகளுக்கான இடஒதுக்கீடு மாநாடுவரை நடத்து கிறார். வடமாவட்டங்களில் தலித்துகளுக்கு ஆதரவாகப் பேசி னால் அது வன்னியர்களுக்குப் பாதகமாகிவிடும் என்பதால் பேசுவதில்லை. கடந்த ஆறேழு மாதங்களில் கடலூர், விழுப்புரம் மாவட்டங்களில் மட்டும் பத்துக்கும் மேற்பட்ட வன்முறை சம்பவங்கள் தலித்துகள்மீது ஏவப்பட்டுள்ளன. குறிப்பாகத் திண்டிவனத்தில் வன்னியர் பெண்ணைக் காதலித்த தலித் இளைஞன் கொல்லப்பட்ட வழக்கில் பாமக நிர்வாகி ஒருவரே ஈடுபட்டுள்ளார். கடந்த இரண்டு மாதங்களுக்கு மேல் சேலம் மாவட்டம் கந்தம்பட்டியில் கோயில் உரிமையை தலித்துகளுக்கு வன்னியர்கள் மறுத்து வருவதையோ இது போன்ற ஏனைய பிரச்சினைகள் நடப்பதையோ ராமதாஸ் பேசுவதில்லை. இது போன்ற வன்முறைகளுக்குத் தமிழ் ஓசையிலும் மக்கள் தொலைக்காட்சியிலும் செய்தி மதிப்பு இல்லை. பெரம்பலூர் போன்ற மாவட்டங்களில் தலித்துகளுக்கு முடிவெட்டுவதிலும் சாதி தடையாய் நிற்கிறது என்பதை சி.ஆர். பாஸ்கரனின் ‘நீதியின் குரல்’ கணக்கிலெடுத்துப் பேசுமா? தலித் கட்சி உள்ளிட்ட ஒடுக்கப்பட்ட அமைப்புகளோடு அரசியல்ரீதியான கூட்டணி குறித்து பேசுவோர் சமூக, பண்பாட்டு அய்க்கியத்தைப் பேசுவதில்லை. ஏனெனில் அரசியல் தாண்டி அய்க்கியம் சாதியைப் பற்றி பேச வேண்டிய தேவையை உருவாக்கிவிடு கிறது.

இதுபோன்ற ‘சங்கடங்களை’த் தவிர்ப்பதற்காகத்தான் பாமக இன்றைய அரசியல் தளத்தில் தனது இருப்பை வேறு வகையில் பதிந்து வருகிறது. மாநில அரசாங்கத் திற்கு எதிராக அக்கட்சி எழுப்பிவரும் குரலால் அரசாங்கத்தின் கட்டுப்பா டற்ற நடவடிக்கைக்கு வரம்பு உருவாகியிருக்கிறது. தமிழ்

அடையாளம், இடஒதுக்கீடு ஆகிய விஷயங்களில் திமுக வின் பலவீனங்கள் ராமதாஸுக்குப் பலமாகின்றன. மக்கள் தொலைக்காட்சியின் வருகையும் அதன் தமிழ் அடையாளமும் திமுகவைப் பாதித்தேயிருக்கிறது. அரசின் திட்டங்களைப் பொறுத்தவரையில் அண்மையில் பொன்முடியின் உயர்கல்வித் துறையை அவர் கண்டித்திருந்தார். உயர்கல்வித் துறைமீது மட்டும் ஏனிந்தக் கோபம்? கருணாநிதியே கூறியதுபோல் பொன்முடி, ராமதாஸின் சொந்த மாவட்டத்துக்காரராய் இருப்பதால் ஏற்பட்ட 'சொந்த' பகை. இதேபோன்ற கோபம், குற்றச்சாட்டு மத்திய அரசை நோக்கி எழுவதில்லை. மத்திய அமைச்சரவையில் பாமக பங்கு வகிக்கிறது என்பதே இதற்குக் காரணமாகிறது. ஒருபுறம் அரசாங்கத்தை நடத்தும் கட்சியோடு கூட்டணியாக இருந்து அரசில் பங்குபெற்று நேரடியாகவும் மறைமுகமாகவும் பலன்களைப் பெற்றுக்கொள்கிறது. மறுபுற மாக அரசுக்கு எதிராகப் போராடுவதன் மூலம் போராளி பாத்திரத்தையும் வகிக்கிறது. அண்மையில் தமிழ் பாதுகாப்பு இளைஞர் படை என்ற குழுவை உருவாக்கி அதற்கான விதிமுறை களையும் அறிவித்தார். தூய்மைவாதக் கருத்துகளைகொண்ட அவ்வமைப்பில் சாதி போன்ற அடிப்படை பிரச்சினைகளைக் கைவிடுவது குறித்த நிபந்தனைகள் இல்லை. சாதி போன்ற அடிப்படை முரண்பாடுகளை அணுகுவதைக் காட்டிலும் தொட்டால் பற்றிக்கொள்ளும் உணர்ச்சிபூர்வப் பிரச்சினைகளை நோக்கி கட்சியின் போராட்டங்களை அமைத்துக்கொள்ளு கிறார். துணை நகரம் அமைக்க எதிர்ப்பு போன்று வெகுமக்களை எளிதாக சென்றடையும் பிரச்சினைகள் போராட்டப் பொரு ளாகிவிடுகின்றன. சமூகத்தின் பெரும்பான்மைவாத புத்தியையே போராட்டமாக்கியதற்குக் குஷ்பூ விவகாரத்தை சான்றாக்கலாம். இதுபோன்ற போராட்டங்களில் ஆழமான சமூக, அரசியல் காரணங்களோ நோக்குகளோ இருப்பதில்லை. எந்தவொரு பிரச்சினைக்கும் கருத்திற்கும் ஒற்றைப் பார்வை மட்டுமே இருப்பதில்லை. அவற்றின் வெவ்வேறு பரிமாணங்களைக் கருத்தில் கொள்வது தேவை. ரிலையன்ஸ் நிறுவன எதிர்ப்பில் முற்போக்குத் தன்மையை காணும் யாரும், எதிர்ப்பை வெளிப் படுத்தும் கட்சிகள் பிரதிநிதித்துவப்படுத்தும் சாதியினர் புழங் கும் பொதுவெளியில் ஒடுக்கப்பட்ட சாதியினருக்குத் தேநீர்க் கடைக்கும் வழி தருவதில்லை போன்ற அடிப்படை எதார்த்தங் களை கவனத்தில் கொள்வதில்லை. ஒருவகையில் அரசிற்கு ஆதரவும், குறிப்பிட்ட அளவில் எதிர்ப்பும் காட்டும் பாமகவின் போக்கை இந்திய அளவில் இடதுசாரிக் கட்சிகளோடு ஒப்பிட முடியுமா? என்று பார்த்தால் அதுவும் பிழையே. இடதுசாரி கட்சிகளுக்கு பாஜக போன்ற தீவிர மதச்சார்புள்ள கட்சியை

எதிர்ப்பது என்ற குறைந்தபட்ச நோக்கம் இருப்பதைப் பார்க்கிறோம். மொத்தத்தில் அதிகாரம், சாதியின் நலன், குடுப நலன் என்பதே பாமகவின் வழியாக இருப்பதைக் காண்கிறோம். அடிப்படையில் அது பொதுப்புத்திசார்ந்த, பெரும்பான்மைச் செயலைப் பிரதிபலிக்கும் கட்சியே.

அதிகாரம் வரையிலும் சமூக நலன்களைப் பேசுவது, பிறகு அதிகாரத்தை எட்டுவது, எட்டியபின் சாதிக் குழுக்களின் நலன்களை வெளிப்படுத்துவது என்பதெல்லாம் தமிழக திராவிட இயக்கங்களின் வழிமுறை. இப்பெரும்பான்மை வாத அரசியலையே பாமக பேசுகிறது. அப்படிதான் கடந்த காலத்திலும் தற்காலத்திலும் சாதி அடையாளத்தை மறைக்க தமிழன் என்னும் அடையாளத்தைப் பயன்படுத்துவதை திராவிட இயக்கத்திடமிருந்து பாமக பறித்தெடுக்க முயன்று வருகிறது.

***புதிய காற்று* 2007**

தேர்தல்:
எண்ணிக்கை தரும் அதிகாரம்

நாடாளுமன்றத் தேர்தல் நடக்கவிருக்கிறது. வாக்காளர்களைக் கவர பல்வேறு உத்திகளை அரசியல் கட்சிகள் கையாளத் தொடங்கிவிட்டன. அதில் சாதியும் பணமும் முக்கியப் பங்காற்றும். இந்திய நாடாளுமன்ற ஜனநாயகம் எண்ணிக்கையை அடிப்படையாகக்கொண்டது. எண்ணிக்கையானது 'அரசியல்' அடிப்படையில் அமைவதில்லை. மாறாக பிளவுண்ட சமூக அமைப்பின் காரணமாக பலன்பெறும் ஆதிக்க சக்திகளின், வகுப்பு பெரும்பான்மையால் அமைகிறது. அதிகமுள்ள சாதியினரை மனத்தில் வைத்தே திட்டங்களையும் அறிக்கைகளையும் முன்வைக்கின்றனர் அரசும் அரசியல் கட்சிகளும். எண்ணிக்கை பலமில்லாத சாதிகளின் தேவைகள், அரசியலில் பிரதிநிதித்துவம் போன்றவை கணக்கில் கொள்ளப்படுவதில்லை. தமிழகத்தை மட்டும் எடுத்துக் கொண்டால் பத்துக்கும் உள்ளடங்கிய சாதிகளே இது வரையிலும் அரசியல் அதிகாரத்தைப் பயன்படுத்திவருகின்றனர்.

தமிழகத்தில் பெரும்பான்மைச் சாதியைச் சேர்ந்தவர்கள் முதலமைச்சராக வர முடிவதில்லையே என்றும் கேள்வி பலராலும் கேட்கப்படுவதுண்டு. ஒருவகையில் சிறுபான்மைச் சாதியைச் சேர்ந்தவர்கள் மட்டுமே வருவது பாதகமானதல்ல என்றே சொல்ல வேண்டும். சமூகத்தில் ஆதிக்கம் பெற்றுள்ள பெரும்பான்மைச் சாதியினர் அரசியலிலும் முழு ஆதிக்கம் பெற்றால் அதன் விளைவுகள் மோசமானதாக இருக்கும். மாறாகப் பெரும்பான்மை சமூகத்திற்கு அதிகாரமே இல்லாமல்போய்விட்டது என்று கூறமுடியாது. சிறுபான்மைச் சாதி முதலமைச்சராக

இருந்தாலும் பெரும்பான்மைச் சாதிக்கு அடங்கிதான் செயல்படுகிறார் என்பதே உண்மை. ஒவ்வொரு வட்டாரத் திலும் ஆதிக்கம் பெற்றுள்ள பெரும்பான்மைச் சாதிகளுக்கு அரசியல் பிரதிநிதித்துவம், சலுகைகள் அளிக்கப்படுகின்றன. இதன்பொருள் நம்முடைய அரசியல், பெரும்பான்மைச் சாதிக்கு கட்டுப்பட்டே இயங்குகிறது என்பதே. எண்ணிக்கைப் பெரும் பான்மையால்தான் நம் அரசியல் இயங்குகிறது.

எண்ணிக்கைப் பெரும்பான்மை எனும்போது அதிக எண்ணிக்கையில் இருப்பவர்கள் என்ற அர்த்தம் மட்டுமே இதிலிருப்பதில்லை. தலித்துகள் எண்ணிக்கையில் அதிகமிருக் கிறார்கள் என்பதால் அதிகாரம் பெற்றுள்ளார்கள் என்று அர்த்தமல்லை. சமூகத்தில் அதிகாரம் பெற்றிருப்பவர்கள் எண்ணிக்கையிலும் கூடுதலாக இருக்கும்போது இன்றைய அரசு அமைப்பில் பலம்பெறுகிறார்கள். எண்ணிக்கையும் சமூக அதிகாரமும் இணையும்போது அதிகாரத்தின் இருப்பு அதிகரிக்கிறது. எனவே பெரும்பான்மை ஆதிக்க சாதியினர் குறித்தே இங்கே பேசுகிறோம். அம்பேத்கர் சிறுபான்மை பெரும்பான்மை என்பதை எண்ணிக்கையைக்கொண்டு வரையறுக்கவில்லை. மாறாக அம்மக்கள் கொண்டுள்ள சமூகத் தகுதியின் அடிப்படையிலே வரையறுத்தார். அந்த அடிப்படை யில் பார்த்தால் தலித்துகள் சிறுபான்மையினராகவும் பிராமணர் கள் பெரும்பான்மையினராகவும் இருப்பதை புரிந்துகொள்ள முடியும். பிராமணர்கள் அதிகார சாதிகளாக இருந்தனர் என்பதால், அயோத்திதாசர் போன்றோர் கருத்தியல் தளத்தி லும் பெரியார் போன்றோர் கருத்தியல் மற்றும் இயக்கதளத்தி லும் பிராமணர்களுக்கு எதிராகச் செயல்பட்டனர். அதனால் எண்ணிக்கைப் பெரும்பான்மைச் சாதியினர் அரசியல் உள்ளிட்ட பல்வேறு துறைகளிலும் அதிகாரம் பெற்றிருப்பதை மறுக்கமுடியாது. பிராமணர்களோடு சேர்ந்தும் தனித்தும் சாதியை நியாயப்படுதிக்கொள்வதோடு அதைப் பாதுகாக்கவும் செய்கின்றனர். ஆனால் தலித்துகள் இப்பெரும்பான்மைச் சாதியினரின் கீழ் கொடும் வன்முறையோடு ஒடுக்கப்படுகின்ற னர். எனில் நடப்பவை பெரும்பான்மை ஆதிக்க சாதியினரின் ஆட்சி என்பதை எளிதில் புரிந்துகொள்ள முடிகிறது. பிராமணர் களை மட்டுமே ஆதிக்க சாதியாகவும் சாதியைக் காப்பவர் களாகவும் கருதிய திராவிட இயக்கம் சாதியிலிருந்து பிராமண ரல்லாதவர்களை விலக்கி நிறுத்தியது.

பிராமணர்களுக்கு இணையாக சமூக அதிகாரம் பெற் றிருந்த வேளாளர்களும் சமூகத்தின் கடைநிலையில் வைக்கப் பட்டிருந்த தலித்துகளும் பிராமணரல்லாதோர் என்ற வகைப் பாட்டிற்குள் ஒன்றாகக் காட்டப்பட்டனர். இந்திய சுதந்திரத்

திற்குப் பிறகும் திராவிட இயக்க அரசியல் அதிகாரத்திற்குப் பிறகும் பல்வேறு மாற்றங்கள் நடைபெற்றுள்ளன. இப்போது பிராமணர்களின் அதிகாரம் கட்டுக்குள் வைக்கப்பட்டுள்ளது. இது ஆரோக்கியமானது என்றாலும் அந்த யதார்த்தத்தை ஒப்புக்கொள்பவர்களாகப் பிராமணரல்லாதோர் இருப்ப தில்லை. பிராமணர்களால் சுரண்டப்படுபவர்களாகத் தொடர்ந்து காட்டிக்கொள்ளவே பிராமணரல்லாத அரசிய லாளர்கள் விரும்புகிறார்கள். இது தலித்துகளை ஒடுக்கும் ஆதிக்க சாதிகளாக இருப்பதை மட்டுமல்ல, இன்றைய அரசியல் அதிகாரத்தை கட்டுக்குள் வைத்திருக்கும் பெரும்பான்மைச் சாதியாக இருப்பதையும் மறைக்கிறது.

பிராமணர்கள், பிராமண அதிகாரம் குறித்து விரிவாக எழுதியுள்ள அம்பேத்கார் தம் கடைசி காலங்களில் அதிக அழுத்தம் தந்த கருத்தியல் இந்தப் பெரும்பான்மை, சிறுபான்மை அடிப்படையிலான அதிகாரம் பற்றியதே. இந்தக் கருத்தியலின் அடிப்படையில் இன்றைய சூழலை அணுகவேண்டிய அவசிய மிருப்பதாகத் தோன்றுகிறது. பிராமண ஆதரவு என்று எளிமைப் படுத்திவிடாமல் எல்லா வகையான ஆதிக்கம் குறித்த விழிப் புணர்வோடும் இதைப் பேசிப் பார்ப்பதே சிறுபான்மையினரின் அதிகாரம் குறித்த உரையாடலை நோக்கி நகர வாய்ப்பு அதிகம் ஏற்படும்.

தேர்தலை ஒட்டி வேறு சில அம்சங்களும் மேலெழுந் துள்ளன. கொங்குவேளாளக் கவுண்டர், முதலியார் போன்ற வகுப்பினர் தங்கள் சாதிசார்ந்த மாநாடுகளைக் கூட்டிப் பிரதான அரசியல் கட்சிகளிடம் சீட்டுபேரம் பேசுகின்றன அல்லது தனியாக நின்று ஓட்டை பிரிக்கப்போவதாகக் கூறி யிருக்கின்றன. பெரும்பான்மைச் சாதிகளுக்கு கிடைக்கும் இந்த வாய்ப்புகூட எண்ணிக்கையில் அதிகமில்லாத சிறுசிறு சாதிகளுக்கு இல்லை. வெற்றி தோல்வியைத் தீர்மானிக்கக் கூடிய அளவில் இல்லாததாலும் தமிழகத்தின் பல இடங் களிலும் சிதறிக்கிடப்பதாலும் அவர்களால் திரள முடிவதில்லை. தேர்தல் காலங்களில் மட்டுமல்ல எப்போதுமே அவர்களின் தேவைகள் கண்டுகொள்ளப்படாமலும் நிறைவேற்றப்படாம லும் கிடக்கின்றன. இவ்வாறு நூற்றுக்கும் மேற்பட்ட சாதியினர் இருக்கின்றனர். தமிழகத்தின் ஒவ்வொரு வட்டாரத்திலும் ஆதிக்கசாதி மட்டுமே அங்கிருக்கும் சாதியாகக் காட்டப்படு கிறது. மற்றவர்களின் இருப்பு சொல்லப்படுவதில்லை.

அண்மைக் காலமாக நடந்துவரும் போராட்டம் ஒன்றைப் பற்றி இங்கே பேசலாம். கடலூர், விழுப்புரம், திருவண்ணா மலைப் பகுதியில் வாழ்ந்துவரும் பழங்குடி இளைஞர்களைக்

கொண்டு 1996 முதல் பழங்குடியினர் பாதுகாப்புச் சங்கம் செயல்பட்டுவருகிறது. அவர்களுக்குப் பல்வேறு பிரச்சினைகள் உண்டெனினும் இருளர் இனச்சான்று பெறுவதற்காகக் கடுமை யாகப் போராடி வருகின்றனர். விழுப்புரம் மாவட்டத்தில் மட்டும் சுமார் 65,000 பழங்குடியினர் வாழ்கின்றனர். இதில் பாதிக்கும் மேற்பட்டவர்கள் இருளர்கள். சமவெளிகளில் சிதறி வாழும் இருளர்கள் வேட்டையாடியும் காவல் காத்தும் செங்கல் சூளைகளில் கொத்தடிமைகளாக இருந்தும் வரு கின்றனர். எழுத்தறிவும், அரசுப் பணியும் இன்றி வாழும் நிலையில் இருக்கிறார்கள். காவல் துறையினர் இவர்கள்மீது திருட்டு வழக்குகளைச் சுமத்தி குற்றவாளிகளாகவே நடத்தி வருகின்றனர். 1996 முதல் இச்சங்கம் திண்டிவனத்தை மைய மாகக்கொண்டு இனச்சான்று வேண்டி போராடிவருகிறது. இனச்சான்று இல்லாததால் கல்வி நிலையத்தில் சேரவும் முடிவதில்லை. வேலைவாய்ப்பு அலுவலகத்தில் பதியவும் முடிவதில்லை. எண்ணிக்கை பலமில்லாத இவர்களால் பலனடைய வாய்ப்பில்லாததால் இவர்களின் பிரச்சினையை அரசியல் கட்சிகளோ அரசோ கண்டுகொள்வதில்லை.

இருளர்களைப் போல எவ்வித வசதியும் பெறாத ஏராள மான சமூகத்தினர் இங்குண்டு. பெரும்பான்மை வாதத்திற்குள் புலப்படாமல் அமுங்கிப்போகும் நிலையிலேயே இவர்கள் உள்ளனர். தீண்டாமை எனும் பெரும் அழுத்தம், அதிக எண்ணிக்கை போன்றவற்றைக்கொண்ட தலித்துக்களிடம் ஏற்பட்ட போராட்டத்தால் அவர்களின் இன்றைய தேவை ஓரளவு ஈடேறியுள்ளது, அந்த வாய்ப்பும் சிறுசிறு சாதிகளுக்கு இல்லாமல் போனது. பொதுச் சமூகத்தோடு கலக்கும் சிறு எண்ணிக்கையிலான வகுப்பினரையும் ஒடுக்கப்பட்ட சமூகத்தினரோடு இணையாமல் சாதி பாராட்ட கற்றுத் தந்துள்ளது இச்சாதி சமூகம்.

தலித் சாதிகளுள் ஒன்றான அருந்ததியர் சமூகம் உள் ஒதுக்கீடு பெற்றுள்ளது. தமிழகத்தின் மார்க்சிஸ்ட் கம்யூனிஸ்ட் கட்சி, பாட்டாளி மக்கள் கட்சி உள்ளிட்ட கட்சிகள் அதற்காகக் குரல்கொடுத்தன. ஆனால் அக்கோரிக்கையை அருந்ததியர் சமூகம் நீண்டகாலமாகவே எழுப்பிவந்தது. ஆனால் இக் கட்சிகள் இக்கோரிக்கைக்காக இப்போதுதான் பேசின. இவ்வாறு பேசியது வரவேற்கத்தக்கது என்றாலும் இக்கட்சிகள் சமூக ஆய்விலிருந்து கற்று எடுத்துக்கொண்டவையாக அது இல்லை. இது நாள் வரையிலும் அவர்கள் கண்டுகொள்ளாமல் இருந்த தின் காரணம் என்ன? இதற்குப் பின்னாலும் எண்ணிக்கை அரசியல் இருப்பதை நாம் மறுக்க முடியாது. இப்போதுகூட

இதேபோல் வாய்ப்பற்ற மற்ற சமூகங்களுக்காக அவர்கள் போராடவில்லை. பிற்படுத்தப்பட்டோர், மிகவும் பிற்படுத்தப் பட்டோர் ஆகிய வகையினங்களுக்குள் அடங்கியுள்ள சிறுசிறு சாதிகளின் அதிகாரம் சிறு அளவில்கூட சாத்தியமாகவில்லை. எண்ணிக்கை பலமில்லாத சாதிகளில் கல்விபெற்றவர், வேலைப் பெற்றிருப்பவர், உயர் பதவிபெற்றவர் என்று கணக்கெடுத்தால் அவர்களின் மோசமான நிலைமை புரியும். அச்சமூகத்தினரில் எம்எல்ஏக்களும் அமைச்சர்களும் பிற கட்சிப் பொறுப்பாளர் களும் அறவே இல்லாத நிலையைச் சாதியைக் காட்டி அரசியல் பேரம்பேசும் வட்டார சாதித் தலைவர்கள் உணருவார்களா? ஒரே பட்டியலிலுள்ள பிற சாதிகளின் எண்ணிக்கையையும் காட்டித்தான் அவர்கள் அதிகாரத்தைப் பெறுகின்றனர். ஆனால் அப்பட்டியலுக்குள் உள்ள வாய்ப்பற்ற சமூகத்தினர் குறித்து யாரும் பேசுவதில்லை. இந்நிலையில் சனநாயகம் குறித்தும் அதன் பலன் அனைவருக்கும் சென்றுசேர்வது குறித்தும் நாம் பேசுவது எந்த அளவிற்குச் சரியானது? இங்குச் சமூகநீதி, முற்போக்கு போன்ற சொற்களில் பேசப்படுவது பெரும்பான்மை எண்ணிக்கை சமூகத்தினரின் அரசியலாகவே இருக்கிறது என்பதுதான் பிரச்சினை.

புதியகாற்று, ஏப்ரல், மே 2008

கர்நாடகாவில் பா.ஜ.க. ஆட்சி: மதச்சார்பற்ற அரசியல் அடையாளம்?

கர்நாடகாவில் ஆட்சி அமைத்ததின் மூலம் தென்னிந்தியாவில் கால்பதித்துள்ளது பாஜக. ஆட்சி அமைப்பதற்கு நான்கு இடங்களே குறைவாயிருந்த காரணத்தால் ஆறு சுயேட்சை உறுப்பினர்களின் உதவி யுடன் அமைச்சரவையை அமைத்துள்ளது. இது பாஜக விற்கு மகிழ்ச்சியையும் மதச்சார்பற்ற சக்திகளுக்கு கவலையையும் ஏற்படுத்தியுள்ளது. திமுக தலைவர் கருணாநிதியும் கடந்த ஜூன் 3ஆம் தேதி நடந்த பிறந்த நாள் கூட்டத்தில் இதைச் சுட்டிக் காட்டி 'கவலை'யடைந் துள்ளார். தொடர்ந்து நடைபெற்ற கடலூர் மாநாட்டில் கனிமொழியும் மதவாத சக்திகள் குறித்து அச்சத்தை வெளிப்படுத்தினார். ஒரு வகையில் இவர்களின் கவனத்தைக் கர்நாடகத் தேர்தல் முடிவுகள் ஈர்த்திருக்கிறது.

உலகமயச் சூழலில் எந்தவொரு மாநிலத்திலும் ஒருமுறை ஆட்சிசெய்யும் எந்தவொரு கட்சியும் மறுமுறை ஆட்சிக்கு வர முடிவதில்லை. சமூக, பொருளாதாரப் பரப்பில் உலகமயம் ஏற்படுத்தியுள்ள மாற்றங்கள் மக்கள் மீது நெருக்கடியாக சூழ்ந்திறங்கும்போது அவர்கள் மற்றுமொரு கட்சியைத் தேர்வுசெய்கிறார்கள். ஆனால் அந்த மற்றுமொரு கட்சியும் பழைய ஆட்சியிலிருந்து விடுபடுவதில்லை என்பதுதான் இங்கு மேலும் சுமையா கிறது. மக்களுக்கு தங்கள் கோபத்தைத் தணித்துக்கொள்ள ஓட்டு என்ற ஒற்றை வாய்ப்பு மட்டுமே அளிக்கப்பட் டிருக்கிறது. அதேபோல மோசமான கட்சிகளையே 'சுழற்சி' முறையில் தேர்ந்தெடுத்துக்கொள்ள வேண்டு

மென்ற செயற்கையான அரசியல் நெருக்கடி இந்தியாவில் நிலவுகிறது. பாஜகவின் வெற்றிக்கு மைய அரசின் விலைவாசி உள்ளிட்ட பொருளாதார நெருக்கடிகளும் ஒரு காரணமாயின என்பதை மறுக்க முடியாது. ஆனால் பாஜகவைப் பரவாமல் தடுக்க விரும்பும் நம் 'மதச்சார்பற்ற' சக்திகளுக்கு இது போன்ற கருத்துகள் இருப்பதாகத் தெரியவில்லை. பொருளாதாரப் பார்வை என்பது மதச்சார்பற்ற கட்சிகளில் இடதுசாரிகளுக்கு மட்டுமே இருக்கிறது. ஆனால் திமுக, பாமக, உள்ளிட்ட கட்சிகளுக்கு அப்படியான பார்வையே இல்லை என்பது எல்லோருக்கும் தெரியும்.

இது போன்ற சூழலில் அன்றாட நெருக்கடிகளிலிருந்து மக்கள் உருவாக்கும் எதிர்ப்பைச் சொல்லாமல் அதைப் பற்றி விவாதிக்காமல் ஒற்றைக் காரணத்தையே காட்டுவது சரியான தல்ல. திமுக காட்டும் ஒற்றைக் காரணம் என்பது அடையாள அரசியலாக இருக்கிறது. இந்த அடையாள அரசியல் என்பது நிலைத்த அடையாளமாக மாறிவிட்டபின்பு அதை மீண்டும் மீண்டும் பயன்படுத்திப் பார்ப்பது இவர்களின் அதிகாரம்சார்ந்த அரசியலுக்கு வலுச் சேர்க்கும். மதவாத எதிர்ப்பு என்பதுதான் இந்த அடையாளம். மதவாத எதிர்ப்பு என்பது இவர்களின் பிராமணர் அல்லாத அரசியல் அடையாளத்தோடு தொடர் புடையதாகும். இதன்மூலம் தாம் பங்குவகிக்கும் மத்திய அரசின் பொருளாதாரம் உள்ளிட்ட பல்வேறு கொள்கைகளின் தவறுகளை மறைத்துவிடவும் மதச்சார்பின்மை என்னும் காரணத்தைக் காட்டி காங்கிரஸ் தலைமையிலான அரசில் தம் இருப்பைத் தக்கவைத்துக்கொள்ளவும் இது பயன்படும். அதேவேளையில் திமுகவிற்குள் புதிய முகங்கள் (சொந்த வாரிசுகள்) அறிமுகமாகும் சூழலில் தம் தரப்பை விரிவுபடுத்த வும் புதுப்பித்துக்கொள்ளவும் 'கொள்கை' சார்ந்த இந்த அடையாள அரசியல் பயன்படும் என்பது முக்கியக் காரணம். கடந்த ஜூன் மூன்றாம் தேதி நடந்த பிறந்தநாள் கூட்டத்தில் பேசிய கருணாநிதி பாஜகவின் பெயரைக் குறிப்பிடாமலேயே மதச்சார்பு சக்திகளைக் கண்டித்திருக்கிறார். அவர் பாஜகவிற்கு நிரந்தர எதிரியாக இருப்பார் என்பது இதன் பொருள் என்று நினைத்தால் நாம் ஏமாந்து போவோம். அதிமுகவால் நாடாளுமன்றத் தேர்தலுக்கு அழைத்து வரப்பட்ட பாஜகவை உள்ளாட்சித் தேர்தல் மூலம் அடித்தளம்வரை இழுத்துச் சென்ற கட்சி திமுக அதிகார லாபத்திற்காக ஆட்சிக்குவரும் கட்சிகளுடன் மட்டுமே கூட்டணி அமைக்கும் திமுக அடுத்த ஆட்சி பாஜகவிற்கு வாய்க்குமானால் அதிலேயும் இடம்பெறத் தயங்காது. எனில் ஏனிந்த மதவாத எதிர்ப்பு? இந்த எதிர்ப்புக்குச் சமகால அரசியல் நெருக்கடியே காரணம்.

மாநில அதிகாரம், மத்திய அதிகாரத்தில் பங்கு ஆகியவற்றைப் பாதுகாக்கும் காரணம்தான் இந்த எதிர்ப்பில் அடங்கியுள்ளது. அதிகரித்த ராமதாஸின் நெருக்கடி கூட்டணியிலிருந்து விலகுவதாக மாறிவிட்டது. "காங்கிரஸ் வசமுள்ள 36 உறுப்பினர்கள் ஆதரவு மட்டுமே போதுமெனத் திமுக நினைக்கிறது" என்று கருணாநிதியின் அதீத காங்கிரஸ் சார்பை வெளிப்படையாகச் சொல்லிய ராமதாஸ் "இரு கம்யூனிஸ்ட் கட்சிகள், பாமக, விடுதலைச் சிறுத்தைகள் ஆதரவு தேவையில்லை என்று அலட்சியப்படுத்துகின்றனர்" என்றும் சொல்லிவிட்டார்.

காங்கிரஸ்மீதான கருணாநிதியின் சார்பு அதிகாரம் தொடர்புடையது என்பதை யாரும் புரிந்துகொள்ளலாம். அந்தக் காங்கிரஸ் அரசுமீது விலைவாசி போன்ற காரணங்களுக்காக எவ்வித நெருக்கடியையும் உண்டு பண்ணாமல் அதை தக்கவைத்துக்கொள்ளும் முகமாக மேலும் ஒருபடியாக மதச்சார்பற்ற தன்மை எனும் ஒற்றைக் காரணத்தைக் காட்டி காங்கிரசைக் காப்பாற்ற நினைக்கிறார் கருணாநிதி. அதற்கு தகுந்தாற்போல கர்நாடகாவில் பாஜக ஆட்சி அமைந்துவிட்டது. சேது சமுத்திரத் திட்டம், ஒகேனக்கல் குடிநீர்த் திட்டம் ஆகிய தமிழகத் திட்டங்களை எதிர்த்த கர்நாடக பாஜகவை எதிர்ப்பது தமிழக நலனுக்கு ஆதரவாகவும் மதச்சார்பற்ற தன்மைக்கு ஆதரவாகவும் ஒரே வேளையில் பயன்படுத்த முடியும். அதே சமயம் மதச்சார்பின்மை எனும் சொல்லாடல் மூலம் அணு ஒப்பந்தம் போன்ற காரணங்களுக்காக மத்திய அரசை எதிர்க்கும் இடதுசாரிக் கட்சிகளைக் கட்டுப்படுத்த முடியும். இவையெல்லாம் இணைந்து காங்கிரஸ் தலைமையிலான ஆட்சியைப் பாதுகாக்கும் என்பது இதன் அடிப்படையான உண்மை.

பாமகவின் கூட்டணி முறிந்துள்ள நிலையில் தன்னைப் போலவே மற்ற கூட்டணிக் கட்சிகளையும் திமுக நிராகரிக்கிறது என்று ராமதாஸ் சொல்வதன் மூலம் மறைமுகமாக ஒரு கூட்டணியை கட்ட அவர் முயல்கிறார். அதோடு 2011இல் பாமக தலைமையிலான கூட்டணியைப் பற்றிப் பேசிவருவது குறிப்பிடத்தக்கதாகும். இத்தகு கூட்டணியையும் கட்டுப்படுத்தி பாமக தவிர்த்த பிற கூட்டணிக் கட்சிகளை தம் அணியிலேயே இருத்திவைக்கவும் திமுகவின் மதவாதக் கட்சி எதிர்ப்புக் கருத்துகளைப் புரிந்துகொள்ள வேண்டியுள்ளது. திமுக கூட்டணியிலுள்ள இடதுசாரிகள், சிறுபான்மைக் கட்சிகள், தலித் கட்சிகள், மதச்சார்பின்மை எனும் முழக்கத்திற்கு கட்டுப்படுபவை என்பது எல்லோருக்கும் தெரிந்த உண்மை. இந்நிலையில் மதச்சார்பின்மையின் உண்மையான பொருள் என்ன? என்பதே நம் கேள்வியாகும்.

பாஜகவின் மதவாத அம்சத்தைப் புரிந்துகொள்வதிலேயும் மதச்சார்பற்ற கட்சிகளுக்கு குறைபாடு இருப்பதாகத் தெரிகிறது. அதாவது பாஜகவின் மதச்சார்பு அரசியல் பிராமணர் போன்ற ஆதிக்கச் சாதிகளுக்கு மட்டுமே லாபமானது. மற்ற சாதிகளை ஆதிக்கச் சாதியினர் பயன்படுத்திக்கொள்கின்றனர் என்று மட்டுமே புரிந்துகொண்டு பிரச்சாரம் செய்கின்றனர். மதச்சார்பற்ற கூட்டணியின் பெரும்பான்மையான கட்சிகள், பிராமணர் எதிர்ப்பு அரசியலோடு இணைந்திருப்பதால் திமுக இதை முழங்குகிறது. பிராமணர்களின் எண்ணிக்கை பெரும்பான்மையற்ற நிலை திமுக, பாமக போன்ற கட்சிகளை மதச்சார்பற்ற/முற்போக்கு கட்சிகளாக்கியிருக்கிறது. ஆனால் இது தேய்ந்துபோன வாதம். ஒவ்வொரு சாதியும் அதற்குரிய பலனை இதன் மூலம் பெறுகிறது. பகுதிசார்ந்த சாதிகளின் அதிகாரம் மதத்தின் ஆதரவும் அரசியல் அதிகாரத்தின் ஆதரவும் பெற்று மேலும் செழிக்கவே செய்கின்றன. அதனால் தான் பாஜகவின் வெற்றியில் பிராமணர் மட்டும் பங்குபெறாமல் பிற சாதியினரும் பங்குபெறுகின்றனர்.

பாஜகவில் அத்வானி முதல் மோடிவரை பிராமணர்கள் கிடையாது என்பதோடு இவர்களுக்கான ஓட்டும் பிராமணர்களுடையது என்று சொல்ல முடியாது. சாதியமைப்பு தோன்றியது முதல் இன்றுவரை பிராமணர்களும் பிராமணர் அல்லாதவர்களும் இணைந்த கூட்டினால்தான் அது காப்பாற்றப்பட்டு வருகிறது. சாதி இந்துக்கள் நடைமுறையில் காத்துவரும் சாதியமைப்பைப் பிராமணர்களின் மத அமைப்பு நியாயப்படுத்தி வருகிறது. எனவே சாதி இந்துக்களும் பிராமணர்களும் இணைந்த கூட்டுதான் மதவாதமாக மாறி நிற்கிறது. அதனால்தான் பாஜக பிராமணர்கள் பலத்தில் மட்டும் நிற்கவில்லை என்கிறோம்.

சாதி, வட்டாரத்துக்கு வட்டாரம் வேறுபடுவதற்குக் காரணம் அங்கு அதை நடைமுறையில் பின்பற்றிவரும் ஆதிக்கச் சாதியினரே. சாதி ஒரே வகைமையாக இல்லை. அது ஒரே வகைமையாக இருந்திருக்குமானால் எதிர்கொள்வதில் மேலும் சிரமம் குறைந்திருக்கும். ஆனால் பகுதிக்குப் பகுதி வேறுபடுகிறது. சாதியமைப்பின் இந்தப் பன்முகப் பண்புதான் இந்து மதத்தை மேலும் உறுதியாக்கி இருக்கிறது. எனவே வட்டார அளவில் ஆதிக்கம் பெற்றுள்ள ஆதிக்கச் சாதியினர் சாதி வெறியர்களாகவும் மதவாத சார்பாளராகவும் மாறிப் போகின்றனர். மதத்திற்கும் பகுதி சார்ந்த சாதிய அமைப்பிற்கும் நடக்கும் கொள்வினை – கொடுப்பினை அரசியலிலும் நடக்கிறது.

எடியூரப்பா பிராமணர் அல்ல என்பது மட்டுமல்ல நம்பிக்கைத் தீர்மானத்தின்போது 'சாதாரண குடும்பத்தில் இருந்து' வந்தவராகவே சொல்லிக்கொண்டார் என்பதும் முக்கிய மானது. அவர் அங்கே திரட்டியிருப்பது சொந்த சாதி வாக்கு களையே.

எனவே மதச்சார்பு எதிர்ப்புக்கு இணையாக சாதி எதிர்ப்பும் மதச்சார்பின்மையின் அம்சமாக்கப்பட வேண்டும். சாதி என்பதும் பிராமணர்களோடு மட்டுமே தோன்றிப் பரவியதாகவும் கருத முடியவில்லை. இதைப் புரிந்துகொள்ளப் பட வேண்டுமானால் நாடாளுமன்ற அரசியல் நடவடிக்கை களைத் தாண்டியும் பயணப்பட வேண்டியிருக்கிறது. இத்தகைய புரிதல் திமுகவிற்கு இல்லாமலிருப்பது வியப்பல்ல. பிற மதச் சார்பற்ற கட்சிகளுக்கும் இருப்பதில்லை என்பதுதான் சிக்கல்.

புதியகாற்று, ஜூலை 2008

சொல்லாடல்கள் சொல்லும் 'அரசியல்'

(கருணாநிதியின் கனவும் எதார்த்தமும்)

நாட்டின் வளர்ச்சிக்கு அவசியமான அணு ஒப்பந்தத்தை எதிர்ப்பவர்கள் தேசத்தின் எதிரிகள் என்று சொன்ன சோனியா காந்தி அடுத்த சிலநாட் களில் அவை இடதுசாரிகளை நோக்கி கூறப்பட்டவை அல்ல என்பதை மட்டும் சொன்னார். சேது சமுத்திரத் திட்டத்தை நிறைவேற்றக்கோரி திமுக கூட்டணிக் கட்சிகள் நடத்திய முழு அடைப்பின்போது கடையடைப் பில் பங்கேற்றவர்களையே தமிழர்கள் என்றார் கருணாநிதி. அணுசக்தி ஒப்பந்தத்தை எதிர்ப்பவர்கள் தேசத்திற்கு எதிரிகளாகவும் சேது சமுத்திர திட்டத்திற் கான முழு அடைப்பை எதிர்ப்பவர்கள் தமிழனுக்கு எதிரிகளாகவும் இருக்க விரும்பமாட்டார்கள் அல்லவா! அதைத்தான் இச்சொல்லாடல்கள் மூலம் இத்தலைவர்கள் உருவாக்க முனைந்தனர். தங்கள் அரசியல் நடவடிக்கை களைக் கேள்விக்கு அப்பாற்பட்டதாக நிறுவிக்கொள்ள இச்சொல்லாடல்களை உதிர்க்கின்றனர். இத்தலைவர்கள் மட்டுமல்ல இங்குள்ள எல்லா அரசியல் அமைப்புகளும் இவ்வாறான சொல்லாடல்களைக் கையாளத் தவறுவ தில்லை. கடவுள், மதம் ஆகியவற்றுக்குள்ள கேள்விக்கு அப்பாற்பட்ட உணர்ச்சிப்பூர்வமான பண்பை இப்போது தேசம், இனம், சாதி போன்ற சொல்லாடல்கள் எடுத்துக் கொண்டுவிட்டன.

சேது சமுத்திரத் திட்டத்தில் ராமர் பற்றிய கருணாநிதியின் கருத்து மதவாத சக்திகளால் கடுமை

யாகவே எதிர்கொள்ளப்பட்டது. அதேபோல் இக்கருத்தால் அறிவு ஜீவிகள், திராவிட இயக்கம், தலித் இயக்கங்கள், தேசிய இன அமைப்புகள், இடதுசாரிகள், 'புரட்சிகர' இடதுசாரிகள் ஆகியோரின் ஆதரவையும் கரணாநிதி பெற்றுவிட்டார். ராமர் பற்றிய நம்பிக்கையை வெளியிடுவதற்கு உரிமை இருப்பதைப் போலவே, நமபிக்கையின்மையை வெளிப்படுத்தவும் இங்கு உரிமை உண்டு. எனவே கருணாநிதியின் கருத்துச் சொல்லும் உரிமையை யாரும் தடைசெய்ய முடியாது.

ஆனால் இங்குப் பிரச்சினை அதுவல்ல. கருணாநிதியைக் கொண்டாடுபவர்கள் சொல்வதைப் போல் அவரின் கருத்து இந்துமத, பிராமணீய எதிர்ப்பின்பாற்பட்டது என்ற கருத்து தான் ஆராயத்தக்கது. சேதுசமுத்திரத் திட்டத்தில் ராமர் பெயரைப் பயன்படுத்துவதன் மூலம் இழந்த அரசியல் செல்வாக்கை மீட்டெடுக்கும் நோக்கம் பாஜகவிற்கு இருப் பதைப் போலவே ராமரை எதிர்ப்பதன் மூலம் திமுகவிற்கும் அரசியல் நோக்கம் உண்டு என்பதும் நாம் அறிய மறந்த உண்மை.

பெரியாரின் பிராமண – மூட நம்பிக்கை எதிர்ப்பில் விமர்சனங்கள் இருப்பினும் அவரின் நடவடிக்கைகள் வெகு மக்களின் நம்பிக்கைகளுக்கு பலியாக வாய்ப்புள்ள தேர்தல் களத்தை நம்பி செயற்பட்டதில்லை. ஆனால் திமுகவின் தோற்றமே பெரியாரின் நடவடிக்கைகளிலிருந்து பின்வாங்கிய போக்கிலிருந்து தான் தோன்றியது. திமுக தேர்தலில் ஈடுபட்டது என்பது வெகுமக்களின் 'நம்பிக்கை'களுக்கு உட்பட்ட நடவடிக்கைதான், எனினும் திராவிடர் கழகத்தின் தொடர்ச்சி யான திமுக திராவிடன், சூத்திரன், தமிழன் போன்ற சொல் லாடல்களை அரசியல் திரட்சிக்காகப் பயன்படுத்தி ஆட்சிக்கு வந்தது. தேவை முடிந்ததும் இச்சொல்லாடல்களுக்கான அரசியல் அறவே கைவிடப்பட்டது. இம்முழக்கங்களைத் தங்களுக் குத் தேவையான தருணங்களில், அதாவது தங்களைப் பாது காத்துகொள்வதற்காக மட்டுமே பயன்படுத்த திமுக உள்ளிட்ட திராவிடக் கட்சிகள் முனைந்துவருகின்றன. அப்படியான தருணம்தான் இது.

2006 சட்டமன்றத் தேர்தல் திமுகவிற்கு மட்டுமல்ல அதிமுக விற்கும் இனித் தமிழகத்தில் கூட்டணி ஆட்சிதான் என்பதை உணர்த்தியுள்ளது. திராவிட இயக்கங்கள் சரிவை எட்டிக் கொண்டிருக்கின்றன என்பது இதன் பொருளாகும். சமூக முரண்பாடுகளின் அடிப்படையிலான சாதிக்கட்சிகளும் திமுக வும் அதிமுகவும் கையாண்ட வழியில் தோன்றியுள்ள சினிமா

நட்சத்திரங்களின் வருகையும் இவர்களின் ஓட்டு வங்கிகளைப் பாதித்துள்ளன. திமுகவில் கருணாநிதிக்கு அடுத்து வரும் ஸ்டாலின் இதை எவ்வாறு எதிர்கொள்வார் என்பது கேள்வி தான். தி.மு.க மற்றும் ஸ்டாலினின் எதிர்காலம் ஆகியவற்றைக் கருத்தில்கொண்டு கருணாநிதி செயற்படத் தொடங்கியுள்ளார். இவ்வகையில் 2006 ஆட்சிக்கு வந்தது முதலே பல்வேறு நடவடிக்கைகளைக் கருணாநிதி மேற்கொண்டு வருகிறார். வெகுஜன தளத்தில் சலுகைகள், அரசியல் தளத்தில் பல அமைப்புகளையும் அரவணைத்தல், அறிவுஜீவிகளுக்குப் பொறுப்புகள், விருதுகள் போன்ற சரிக்கட்டுதல்களை மேற்கொள் கிறார். தனக்கு ஒரே எதிரியாக அதிமுகவை வைத்துக்கொள்ளு வதன் மூலம் தன்னைக் கருத்தியல்ரீதியாகவும் நிறுவிக்கொள்ள இவற்றையெல்லாம் அவர் செய்துவருகிறார். அ.தி.மு.க. போன்ற கருத்தியல் பலவீனமுள்ள கட்சியோடுதான் அவர் மோதுவார். திமுகவிற்கு அதிமுகவும், அதிமுகவிற்கு திமுகவும் எப்போதும் தேவை. அவர்களுக்கு அதுதான் வசதி.

தீவிர இடதுசாரி இயக்கங்களுடனோ சமூக முரண்பாடு களைப் பேசும் அமைப்புகளுடனோ கருணாநிதி மோத விரும்ப மாட்டார். கருத்து மோதல் நடத்துவதன் மூலம் அவற்றை வளர்த்துவிடவோ தங்கள் கட்சியின் பலவீனத்தைக் காட்டிக் கொள்ளவோ அவர் விரும்புவதில்லை. தீர்க்கப்படாத முரண் பாடுகளை அடிப்படையாகக் கொண்டு உருவாகியுள்ள கட்சி களின் தோற்றத்திற்குக் காரணமே திராவிட இயக்கங்களின் போதாமைதான். பாமக, விடுதலைச் சிறுத்தைகள், இடது சாரி கட்சியினர் இன்றைக்கு கூட்டணியில் இருந்தாலும் தொடர்ந்து சாதகமானவர்களாக இருப்பார்களா என்பது கேள்விதான். இக்கட்சிகளையும் இக்கட்சிகள் பேசும் அரசியலை யும் தனக்குக்கீழ் கொணர்வதும் ஒற்றை எதிரியை நிர்மாணித்து அதற்குள் பிற முரண்பாடுகளை இணைத்து இல்லாமல் செய்வதும்தான் அவருடைய நோக்கம். அந்நோக்கத்தில் பிறந்தவைதாம் இச்சொல்லாடல்கள். எதிர்காலத்தில் திமுக விற்கு சவாலாக விளங்கலாம் எனக் கருதப்படும் இயக்கங்கள் தற்போது தமிழன், திராவிடன் என்னும் அடையாளத்தை நீர்த்துப்போகச் செய்தது திமுகவே என்று கூறி அதன் பலவீனங் களைச் சுட்டிப் பேசி வருகின்றன. தற்போது அதே அடையா ளத்தை மறுநினைவாக்கும்போது குற்றம்சாட்டி எழுச்சிபெற் றுள்ள இயக்கங்களை வாயடைக்க செய்யலாம். தன் சொல் லாடலின் கீழ் கொணரலாம் என்பதும் அவர் நோக்கம். மேலும் பெரியாரின் கருத்தியல் வாரிசாகவும் தன்னை நிறுவிக் கொள்ள முடியும் என்றும் அவர் கருதுவதாகத் தெரிகிறது.

இம்முரண்பாடுகளை எதிர்கொள்ளும் நடைமுறை மற்றும் கருத்தியல் பணிகளைத் திமுக தொடங்கியுள்ளன. அவ்வாறான கருத்தியல் பணிகளில் ஒன்றுதான் ராமர் பற்றிய கருணாநிதி யின் பேச்சும் அதை ஒட்டிய பிற கருத்துகளும்.

ராமர் பற்றிய கருத்திலும் கருணாநிதி உறுதியாக இல்லை. மாற்றுப் பாதையைப் பேசிப்பார்ப்பது ஒருபுறம். ஏதாவதொரு வகையில் நிறைவேறினால் சரி என்று பேசுவது மறுபுறம். உண்மையில் ராமர், இந்துமதம் பற்றிய கருத்தெல்லாம் திமுக வின் கருத்தும் அல்ல. திமுக மதத்திற்கு எதிரான மனநிலையை தொண்டர்களிடம் வளர்த்ததில்லை. மாறாக இந்து மதத்தின் உயிரான சாதியமைப்பைப் பயன்படுத்தி வாக்குவங்கி அரசியல் செய்வதுதான் திராவிட இயக்கங்களின் பெரும் பணி. கருணாநிதி பற்றிய மதவெறியன் வேதாந்தியின் கருத்திற்கு எதிராக தாமத மாகவாவது திமுக ஆர்பாட்டம் நடத்தியதே தவிர ராமர் பற்றிய கருணாநிதியின் கருத்திற்கு ஆதரவாக யாரும் அந்த ஆர்ப்பாட்டங்களில் பேசவோ போராடவோ இல்லை. திமுக வின் அரசியல் மதத்தை விமர்சிப்பதுபோல தெரிந்தாலும் அதற்கிணையான ஆபத்துகொண்ட சாதியை விமர்சிப்பதில்லை அல்லது குறிப்பிடாமல் பொத்தாம் பொதுவாக விமர்சிப்பார் கள். சாதி என்றாலே அதைத் தமிழகத்தில் ஓட்டு வங்கியாக இல்லாத பிராமணர்களுக்குச் சொந்தமாக்கிவிடுவதும், ஓட்டுவங்கியாக இருக்கும் பிராமணரல்லாத சாதிகளிடமிருந்து தனித்து நிறுத்துவதும் அதன் அரசியல். தமிழகத்தில் சாதிவாரி யாக வாக்குகளைத் திரட்டுவது என்னும் உத்தியை இவர்களே தொடங்கிவைத்தனர். ஒடுக்கப்பட்ட சாதியினருக்கு ஒன்று செய்தால் ஆதிக்க சாதியினருக்கும் அதே அளவுக்குச் செய்யும் அரசியல் அவர்களுடையது. இதனால் சாதியமைப்பு வலுவடை யுமே ஒழிய அழியாது. தேவர் ஜெயந்திக்கு வருகை தந்து மருதுபாண்டியர்களுக்கு சிலை திறப்பது ஒருபுறமென்றால், அதுவரை கவனிக்கப்படாமலிருந்த சுந்தரலிங்கனார் மணி மண்டபத்தை அவசர அவசரமாக அமைச்சர்களை அனுப்பித் திறந்து வைப்பது கருணாநிதியின் அண்மைக் கால நடவடிக்கை. திமுகவின் கட்சிப் பேச்சாளர்களின் பேச்சு தொடங்கி, தொலைக்காட்சி, பத்திரிகைகள்வரை பெண்ணடிமை, மத அம்சம் பொருந்திய கதைகளும் சித்தரிப்புகளும் பொங்கிப் பிரவகிக்கின்றன. இவ்வாறாக எல்லாத் தளத்திலும் தருணத் திலும் பயன்படுத்தப்படும், மதப் பண்புகளைத் தருணங்களில் உதிர்க்கும் ஓரிரு சொற்களால் சரிசெய்துவிட முடியுமா?

எந்தத் தளத்திலும் அதிமுகவோடு வேறுபடாத திமுக நாத்திகன் என்று சொல்வதன் மூலம் தி.மு.க.தான் உண்மையான

திராவிட இயக்கம் என்று சொல்கிறது. தங்களைச்சார்ந்த அறிவு ஜீவிகள் மூலம் அக்கருத்தைப் பரப்புகிறது. சட்டப் பேரவையிலேயே தானொரு பாப்பாத்தி என்று சொன்ன ஜெயலலிதாவின் சாதி பக்தியும் இவர்களுக்குப் பயன்படுகிறது. சங்கராச்சாரியைக் கைது செய்ததன் மூலம் ஜெயலலிதாவைப் பிராமண உணர்வற்றவர் என்று சொல்வதுபோல அத்துணை அபத்தமானது கருணாநிதியின் நாத்திகன், தமிழன் போன்ற கருத்துகளை நம்புவதும். இதே சட்டப்பேரவையில்தான் பி.டி.ஆர். பழனிவேல்ராஜனும் குங்குமம் திருநீறு வைத்துக்கொண்டு நானொரு ஆத்திகன் என்றும் சொன்னார். அத்தியூர் செல்வராஜ் அவர்களை தீ மிதித்ததற்காகக் கண்டித்த முதல்வர் பி.டி. ஆரை கேட்க முடிந்ததா? முற்போக்கு வெளிப்படுவதற்கும் சாதித் தகுதி வேண்டும்போலும்.

மதவாத கட்சிகளோடு கூட்டணி மாநில சுயாட்சியை மௌனமாக்கிவிட்டுப் பலமிக்க இலாகாக்களோடு மத்திய அரசின் பங்கு என்னும் போக்குகளின் மூலம் அதிகாரச் சுவையை விட்டுவிடாத திமுக வடவர் எதிர்ப்பு போன்ற சொற்களை இப்போது மறந்துவிட்டிருக்கும். அதனால்தான் சமயங்களில் அதைத் தவிர்த்து சூத்திரன், பிராமணரல்லாதார் போன்ற அடையாளங்களை மட்டும் பேசிக்கொள்ளும்.

1997இல் கேரள உயர் நீதிமன்றம் முழு அடைப்புக்குத் தடை என்று தீர்ப்பளித்தது முதலாகத் தொடர்ந்து மக்கள் ஒன்று கூடுதல், வேலை நிறுத்தம் போன்றவற்றிற்கு எதிரான தீர்ப்புகள் வெளியாகிக் கொண்டேயிருக்கின்றன. திமுக கூட்டணி கட்சிகளின் முழு அடைப்புக்கு எதிரான நீதிமன்றத் தீர்ப்பும் அப்படியான ஒன்றுதான். உலகமயமாக்க ஆதரவு, மத உணர்வு என்று விமர்சிக்கப்படவேண்டிய இத்தீர்ப்பு பற்றி 'நாம் நாமாக இருக்கிறோம். அவர்கள் அவர்களாக இருக்கிறார்கள்' என்று கருணாநிதி கூறினார். அதாவது நாம் விரும்பும் அரசியல் சொல்லாடலுக்குள் அப்பிரச்சினையை நிறுத்தி அதன் மற்ற அம்சங்களை இல்லாமல் செய்வது. எம்.ஜி.ஆரை மலையாளி என்று சொல்வதன் மூலம் அவரை எதிர் நிறுத்திய கருணாநிதி இப்போது சொல்லும் தமிழன் என்னும் அடையாளத்தின் மூலம் முழு அடைப்பிற்கு எதிராகப் பேசியதோடு, அரசியல்ரீதியில் எதிராக வளர்ந்துவரும் விஜயகாந்தையும் எதிர்கொள்ள முனைகிறார். அரசியல் கட்சிகள் எடுத்துவைக்கும் ஒவ்வொரு அடியும் அதன் வாக்குச் சேகரிப்பு அரசியலில்தான் அடங்கியுள்ளது. அது திமுக உள்ளிட்ட எல்லாக் கட்சிகளுக்கும் பொருந்தும். அந்த எண்ணத்தைத் தவிர்த்து அக்கட்சிகளின் நடவடிக்கைகளை மதிப்பிட முடியாது.

ஒற்றை முரண்பாட்டைக் கட்டுவதன் மூலம், பன்முக முரண்பாடுகளை இல்லாமலாக்குவது மதவாத அமைப்புகளுக்கு மட்டுமல்ல. மதவாத எதிர்ப்பு அரசியலுக்கும் பொருந்தும். ஆனால் சமூகத்தில் முரண்பாடுகள் பெருகிக் கொண்டிருக் கின்றன. அத்தகைய முரண்பாடுகளை மீண்டும் மீண்டும் மேலெழும் இச்சொல்லாடல்கள் எந்த அளவிற்கு ஏற்றுக் கொண்டு தன்னை மாற்றிக் கொண்டுள்ளன என்று கேட்டுப் பார்த்தால் முரண்பாடுகளைப் பேசிய சிலரைச் சரிக்கட்டும் முயற்சிகள் மட்டும்தான் நடந்துவருகின்றன என்பதே பதிலாக வருகிறது.

புதியகாற்று, நவம்பர் 2007

ஆரிய ராமனும் திராவிடச் சோழனும்

அயோத்தியின் சர்ச்சைக்குரிய நிலப்பகுதியை அதற்கு முழுமையாக உரிமை கோரிய இரு இந்து அமைப்புகள் ஒரு இஸ்லாமிய அமைப்பு என்று மூன்று பகுதிகளாகப் பங்கிட்டு வழங்க வேண்டுமெனத் தீர்ப்பளித் திருக்கிறது அலகாபாத் உயர் நீதிமன்றம். பல பத்தாண்டுக் காலமாக நாட்டின் இறையாண்மைக்கும் மதச்சார் பின்மைக்கும் சவாலாக விளங்கும் சிக்கல் தொடர்பான வழக்கு என்பதால் பல்வேறுதரப்பினரும் பதட்டத்தோடு எதிர்நோக்கியிருந்தனர். செப்டம்பர் 30ஆம் தேதி அளிக் கப்பட்ட தீர்ப்புமீது கருத்துத் தெரிவித்த பல்வேறு கட்சி களின் பிரதிநிதிகளும் தத்தம் ஓட்டுவங்கிகளுக்குப் பாதிப்பு ஏற்படாத வகையிலும் நீதிமன்ற அவமதிப்பு என்னும் குற்றச்சாட்டு எழுந்துவிடாதபடியும் மிகுந்த எச்சரிக்கையோடு கருத்துக்களை வெளிப்படுத்தினர். தீர்ப்புமீது அதிருப்திகொண்டிருக்கும் தரப்பினரது உணர்வுகளைக் கணக்கிலெடுத்துக்கொண்ட ‘மதச்சார் பற்ற’ கட்சிகளும் தீர்ப்பில் மேல்முறையீட்டுக்கு வழி வகுக்கப்பட்டிருப்பதைச் சுட்டிக்காட்டி அவர்களை திருப்திப்படுத்த முயன்றுகொண்டிருக்கின்றன. அதிருப்தி யாளர்களுக்கு மேல்முறையீடு செய்வதற்கு இத்தீர்ப்பு வாய்ப்பளித்திருக்கிறது என்பது உண்மைதான். ஆனால் கவலையளிக்கும் வேறுபல கூறுகள் இத்தீர்ப்பினுள் புதைந்துள்ளன. வால்மீகியின் புகழ் பெற்ற இதிகாச நாயகனான ராமன் பிறந்தது அயோத்தியின் சர்ச்சைக் குரிய அந்த இடத்தில்தான் என்னும் இந்து அமைப்பு களின் நம்பிக்கையை ஏற்றுக் கொள்வதற்கு நீதிமன்றத் துக்கு எவ்வகையான தொல்லியல், வரலாற்றுச் சான்று

களும் தேவைப்படவில்லை. வருங்காலங்களில் நீதிமன்ற நடவடிக்கைகளை நேரடியாகவும் அரசியல் போக்கை மறைமுக மாகவும் பாதிக்கக்கூடியது இது. நீதிமன்றத் தீர்ப்புகள் சட்ட ரீதியில் ஏற்றுக்கொள்ளப்பட்ட திட்டவட்டமான ஆதாரங்களை அடிப்படையாகக் கொண்டவை என்னும் பொதுவான நம்பிக்கையையும் இத்தீர்ப்பு தகர்த்திருக்கிறது.

'ஜனநாயகவாதி'களும் மதச்சார்பின்மை குறித்துத் தொடர்ந்து பேசிவரும் அரசியல்வாதிகளும் மௌனம் போர்த்திக் கொண்டிருக்கையில் வரலாற்றாசிரியர்கள் சிலரும் அறிவுலக வாதிகளுமே இத்தீர்ப்புக்கு எதிர்வினையாற்றியிருக்கின்றனர்.

இந்நிலையில் தீர்ப்பில் ராமனின் பிறப்பு குறித்து நீதிபதிகள் தெரிவித்துள்ள கருத்துகளுக்குத் தமிழக அரசியல் தளத்திலிருந்து எழுந்துள்ள எதிர்வினையொன்று குறிப்பிடத்தக்கது. தீர்ப்பு வெளியான அன்று வெளியிட்ட அறிக்கையொன்றில் 'இரு தரப்பி'னரும் திருப்தி அடையக்கூடிய தீர்ப்பு எனவும் திருப்தி யடையாதவர்கள் மேல்முறையீடு செய்ய வழிவகுத்திருப்பது வரவேற்கத்தக்கது எனவும் சொல்லியிருந்த முதல்வர் கருணாநிதி அதோடு அயோத்திப் பிரச்சினையைக் கை கழுவிவிட விரும்பாத தாலோ என்னவோ இரண்டு மூன்று நாட்களுக்குப் பிறகு அக்டோபர் நான்காம் தேதி வெளியிட்டிருந்த மற்றொரு அறிக்கையில் "17 லட்சம் ஆண்டுகளுக்கு முன் ராமர் பிறந்த தாகக் கூறப்படும் இடத்தை உறுதிப்படுத்த முடிகிறது. ஆனால் 1000 ஆண்டுகளுக்கு முன் வாழ்ந்த ராஜராஜனின் கல்லறை யையோ நினைவுத்தூண் அமைந்த இடத்தையோ அறிய முடியவில்லையே" என 'வேதனையோடு' குறிப்பிட்டிருந்தார். அயோத்தி குறித்த வழக்கை விசாரித்த மூன்று நீதிபதிகளில் ஒருவர் தெரிவித்த கருத்துகளை நேரடியாக விமர்சனத்துக்குட் படுத்த விரும்பாத கருணாநிதி மேற்கண்ட அறிக்கையில் அதைப் பூடகமாகச் செய்ய முயன்றிருக்கிறார். ஒரு வகையில் கருணாநிதியின் இந்தத் 'தார்மீகக் கோபம்' அவர் ஆதரவு அறிவுஜீவிகளுக்கு மகிழ்ச்சி அளித்திருக்கும். அவர்மீதான பிற அரசியல் விமர்சனங்களை மறைத்து இன்னும் சிலகாலம் அவரைக் கொண்டாடுவதற்கு அவருடைய ஆதரவாளர்களுக்கு இது உதவக்கூடும்.

தீர்க்கமான சமூகவியல் பார்வையோ நவீன அரசியலின் பன்முகக்கூறுகளை எதிர்கொள்வதற்கான கோட்பாட்டு வலிமையோ அற்ற, அரசியல்நீக்கம் செய்யப்பட்ட திமுக தொண்டர்களிடம் திராவிட இயக்கத்தின் எஞ்சியிருக்கும் ஒரே முன்னோடி என்னும் பாவனையோடு இத்தகு உள்ளீடற்ற கருத்துகளைப் பரப்பி வருவது கருணாநிதிக்கு வாடிக்கை.

அவருடைய அறிக்கையின் நோக்கம் அயோத்தி தீர்ப்பைத் தாண்டியும் விரிகிறது. ராமனின் பிறப்புக் குறித்துப் பேச முற்பட்ட கருணாநிதி ராமனை ஆரிய நாகரிகத்தின் அடையாளமாகவும் ஆரிய நாகரிகம் அறிவியல் ஆதாரங்களற்றப் பகுத்தறிவுக்குப் புறம்பான மூடநம்பிக்கைகளை வளர்த்தெடுப்பதிலேயே முனைப்பாக இருப்பதாகவும் குறிப்பிடுகிறார். பெரியாரியத்திலிருந்து 'வடவர் – ஆரியர்' என்னும் அம்சத்தை மட்டுமே பிரித்தெடுத்து அதைத் தன் கட்சியின் அரசியல் ஆதாயத்திற்குப் பயன்படுத்திவரும் கருணாநிதியிடமிருந்து இது போன்ற அறிக்கை வெளிவருவது வியப்பூட்டக்கூடியதல்ல. அவரது குடும்பத் தொலைக்காட்சிகளில் இராமாயணம் போன்ற தொடர்கள் ஒளிபரப்பப்படும் சூழலில் கருணாநிதி தன் அறிக்கையில் ராமன் என்னும் ஆரிய அடையாளத்திற்கு எதிராக ராஜராஜன் என்னும் திராவிடத் தமிழ் அடையாளத்தை முன்னிறுத்த முயல்கிறார். அரசியல்ரீதியாக நெருக்கடியைச் சந்திக்க நேரும் ஒவ்வொரு தருணத்திலும் திராவிட நாகரிகத்தை ஆரிய நாகரிகம் புறந்தள்ள முயல்கிறது என அறிக்கை வெளியிடுவதன் மூலமும் தன் சொந்த நெருக்கடிகளைத் தமிழ் இனத்தின் நெருக்கடியாகச் சித்தரித்து தன்மீதான விமர்சனங்களைத் தந்திரமாக மவுனமாக்கிவரும் கருணாநிதி இப்போது அலகாபாத் நீதிமன்றம் ராமனின் பிறப்பை உறுதி செய்துள்ளதையும் தமிழ் அடையாளமாகத் தான் போற்றிப் புகழும் ராஜராஜனின் கல்லறை கண்டுபிடிக்கப்படாததையும் (இது யாருடைய குற்றமோ?) எதிரெதிராக நிறுத்தி முன்னெடுக்கும் அவரின் நிகழ்கால அரசியல் நோக்கம் பரிசீலிக்கப்பட வேண்டிய ஒன்று.

அண்மையில் நாகர்கோவிலில் நடைபெற்ற திமுகவின் முப்பெரும் விழாவில் பேசும்போது 'லெமூரியா' என்னும் தமிழர்களின் கடல்கொண்ட கண்டம் குறித்து ஆற்றிய உரையையும் தஞ்சைப் பெரிய கோயிலின் ஆயிரமாவது ஆண்டுப் பெருவிழாவில் ராஜராஜன் நிறுவிய தமிழர்களின் கலை, பண்பாட்டுப் பெருமிதங்கள் குறித்துச் சொன்ன கருத்துகளையும் நினைவூட்டித் திராவிட நாகரிகத்தை 'மீட்பவராக'த் தன்னை இந்த அறிக்கையின் வாயிலாக அடையாளப்படுத்திக் கொண்டுள்ளார் கருணாநிதி.

திராவிட இயக்கத்தினரால் அடையாளப்படுத்தப்படும் ஆரியம் என்பது நால்வர்ணக் கோட்பாடு, பிராமணிய மேலாண்மை, மூடநம்பிக்கைசார்ந்த பண்பாட்டுக் கூறுகளின் தொகுப்பு. இதன் எதிர்நிலையாக அடையாளப்படுத்தப்படுவதே சாதி எதிர்ப்பு, மூடநம்பிக்கை எதிர்ப்பு, சுயமரியாதை

ஆகிய கூறுகளால் கட்டமைக்கப்பட்ட திராவிடப் பண்பாடு. பிராமணர் – பிராமணர் அல்லாதார் என்னும் எதிர்வைக் கட்டமைப்பதே இத்தகு அடையாளப்படுத்தல்களின் உள்ளடக்கம். எல்லாவகையான சமூக நெருக்கடிகளும் அந் நெருக்கடிகளுக்குக் காரணமான முரண்களும் ஆரியத்தின் விளைவுகள். எனவே அவற்றுக்கான தீர்வுகளும் ஆரிய எதிர்ப்பை மையப்படுத்தியவை. இத்தகு அடையாளங்களையே திராவிடக் கட்சிகளும் அவற்றின் ஆதரவு அறிவுஜீவிகளும் மீண்டும் மீண்டும் கட்டமைத்து வருகின்றனர்.

ஆனால் சமூக முரண்பாடுகளை இனம் காண்பதற்கு இவ்வெதிர்வு மட்டுமே போதாது. மேலும் இத்தகு எதிர்வுக்கு இணையான வேறுபல எதிர்வுகளின் இருப்பை மறைப்பதற் காகவே இவ்வடையாளம் திராவிட இயக்கங்களால் தொடர்ந்து வலியுறுத்தப்படுகிறது. உண்மையில் இவர்களால் வலியுறுத்தப் படும் பிராமணர் அல்லாதார் என்னும் அடையாளம் பிராமணி யத்தை மறுத்ததாகவும் சாதியத்தை விலக்கியதாகவும் இருந் திருக்கவில்லை என்பது நிறுவப்பட்டுள்ளது. ராமன் என்னும் ஆரிய அடையாளத்துக்கு எதிராகத் திராவிடத் தமிழ் அடையாளமாகக் கட்டமைக்கப்படும் ராஜராஜனைப் பற்றிய பரிசீலனைகள் இதை இன்னும் விரிவாகப் புரிந்துகொள்வதற்கு உதவும்.

ராஜராஜன் ஆரியத்தின் தமிழ்முகமாகவும் வைதீகத்தை அரசியல்மயமாக்கி அதன் ஆதிக்கத்தைப் பரப்பியவனாகவும் வரலாற்றாய்வாளர்களால் அடையாளப்படுத்தப்பட்டுள்ளதை மறைப்பதற்கான அரசியல் தந்திரம் இது. ராமன் என்னும் இந்துப் பேரடையாளத்தில் இந்தியாவின் பன்முக அடையாளங் கள் மறுக்கப்பட்டு சாதி உள்ளிட்ட பாகுபாடுகள் மறைக்கப் பட்டுவிடுவதைப் போலவே, ராஜராஜன் என்னும் தமிழ்ப் பேரடையாளத்தால் வைதீகமும் சாதியப் பாகுபாடும் பரவியது என்னும் வரலாற்று உண்மையும் மறைக்கப்பட்டுவிடுகிறது.

கடந்த சில பத்தாண்டுகளில் அரசியல் தளத்திலும் வரலாறு, தொல்லியல் போன்ற துறைகளிலும் ஏற்பட்டுள்ள வளர்ச்சியும் கண்டுபிடிப்புகளும் கிடைக்கப்பெற்றுள்ள சான்றாதாரங்களும் தவிரக் கடந்த இருபதாண்டுகளுக்கும் மேற்பட்ட கால அளவில் தமிழ்ப் பண்பாட்டுத் தளத்தில் மார்க்சிய, தலித்திய, விளிம்புநிலைக் கருத்தியல்கள் ஏற்படுத்திய தாக்கங்களும் தமிழ் அடையாளம், தமிழக வரலாறு குறித்த புதிய கண்ணோட்டத்தின் அவசியத்தை வலியுறுத்துகின்றன. இந்நிலையில் பிற்காலச் சோழர்காலம் பற்றிய புனைவுகள் வெளிறத் தொடங்கியிருக்கின்றன. இத்தகு குறுக்கீடுகளின்

முக்கியமான விளைவு தமிழ்ச் சமூகத்தின் நெருக்கடிகளுக்கான வேர்கள் இந்தப் பெருமிதங்களுக்குள் புதைந்திருப்பதைக் கண்டறிந்ததுதான்.

•

பிற்காலச் சோழர் காலம் தமிழக வரலாற்றின் முக்கியத்துவமுடைய காலகட்டம் எனக் கருதப்படுகிறது. சோழர் காலம் பற்றிய தொடக்கக் கால நூல்கள் சமய, சாதி அபிமானம் கொண்டவர்களால் எழுதப்பட்டவை. 19ஆம் நூற்றாண்டில் ஆங்கில அரசின் நிர்வாகத்தோடு தொடர்புகொண்டிருந்த சிலரால் சோழர் காலக் கிராமங்கள் தன்னிறைவு பெற்ற, இறுக்கமான சாதியமைப்பு இல்லாதவை என்னும் புனைவு கட்டமைக்கப்பட்டது. 1903இல் பிராமணஆதிக்கம் மேலோங்கியிருந்த உத்திரமேரூரில் கண்டுபிடிக்கப்பட்ட கல்வெட்டுகளில் காணப்பட்ட குடவோலை முறை பற்றிய குறிப்புகளை ஆதாரங் காட்டிச் சோழர் காலத்தில் சனநாயகம் தழைத்திருந்ததாக அப் புனைவுகள் கூறின. தமிழ் அடையாளத்தைக் கட்டமைக்க முயன்றுகொண்டிருந்த, தேசிய உணர்வுகொண்ட வரலாற்று ஆசிரியர்கள் சிலருக்குச் சோழர் காலம் குறித்த பொற்காலப் பெருமிதத்தைக் கட்டி எழுப்ப இந்தப் புனைவு துணைசெய்தது.

1960களின் இறுதியில் திராவிட இயக்கம் ஆட்சியதிகாரத்தைக் கைப்பற்றியிருந்த தொடக்கக் காலங்களிலேயே சோழர் காலம் பற்றிய விரிவான ஆய்வுகள் வெளிவரத் தொடங்கிவிட்டன. பர்ட்டன் ஸ்டெயின் எழுதிய *Peasant State and Society in South India* என்னும் புத்தகம் தவிர நொபோரு கரோஷிமா, ஒய். சுப்பராயலு, சுரேஷ் பி. பிள்ளை ஆகியோரது சோழர் காலம் குறித்த கருத்துகளும் இந்த வகையில் குறிப்பிடத்தக்கவை. ஒய். சுப்பராயலுவின் *Studies in Chola History, The Political Geography of the Chola Country* ஆகிய இரண்டு நூல்களுங்கூடச் சோழர் காலத்தைப் பற்றியவையே.

1960களிலேயே சோழர் காலத்தை வர்க்கக் கண்ணோட்டத்திலிருந்து அணுகி சோழர் ஆட்சியில் அறப்போர்கள் என்னும் நூலை நா. வானமாமலை எழுதினார். ஆ. சிவசுப்பிரமணியன், கோ. கேசவன் உள்ளிட்ட இடதுசாரி ஆய்வாளர்கள் இந்தப் பார்வையை வளர்த்தெடுத்தனர். மே. து. ராசுகுமார் சோழர்காலப் பொருளியல் என்னும் விரிவான ஆய்வு நூலை எழுதினார். இத்தகு ஆய்வுகளின் தொடர்ச்சி பிந்தைய ஆய்வு வட்டங்களிலும் அரசியல் விமர்சனக் கண்ணோட்டத்திலும் பிரதிபலித்தது. திமுகவால் ராஜராஜன் விதந்தோதப்பட்டபோது அதை விமர்சித்து எழுதிய இன்குலாப்பின் பிரசித்திபெற்ற

கவிதையும் அரசியல் அமைப்புகளின் எதிர்ப்புங்கூட இப் போக்கின் தொடர்ச்சிகள்தாம்.

மேற்கண்ட ஆய்வுப் போக்குகளில் சிற்சில வேறுபாடுகள் இருப்பினும், மொத்தத்தில் சோழர் காலம் பற்றி முன்வைக்கப் படும் ஆய்வுச் செய்திகளில் ஒத்த அம்சங்கள் உள்ளன. பிராமண மேலாதிக்கம், கோயில் சார்ந்த நிலவுடமை, இறுக்கமான சாதியப் பாகுபாடு, ஆகிய கூறுகள் வளர்த்தெடுக்கப்பட்டு நிலைநிறுத்தப்பட்டது சோழர்களின் பொற்காலத்தில் தான். கோயில் நிறுவனமாக்கப்பட்டதன் விளைவாகப் பிராமணர் களின் அதிகாரம் முதன்மைப்படுத்தப்பட்டது என்கிறார் ஒய். சுப்பராயலு. இதன் தொடர்ச்சியாகவே வைதீக மயமாக்க மும் வடமொழிமயமாக்கமும் செல்வாக்குப் பெற்றதாகத் தெரிகிறது. ராஜராஜன் ஆட்சியில் ஆகமநியதி சாராத ஆலயங் கள் மங்க ஆரம்பித்தன என்றும் துல்லியமான ஆகமநெறிகள் பின்பற்றப்பட்டதும் அவன் காலத்தில்தான் என்றும் சுரேஷ் பி. பிள்ளை கூறுகிறார் (அக்டோபர் 2010 *உயிர் எழுத்து*). உண்மையில் சோழர்களின் கல்வெட்டுகள் யாவுமே ஆகமவிதிப் படி அமைக்கப்பட்டுள்ள ஆலயங்களில்தான் இடம்பெற்றிருக் கின்றன என்பது இங்குக் குறிப்பிடத்தக்கது. ராஜராஜன் காலத்திற்குப் பின் கட்டப்பட்ட எல்லாச் சோழ ஆலயங் களுக்கும் ஈச்வரம் என்னும் பெயர் வழங்கப்பட்டது. வழிபாட் டிற்காக ஆலயத்திற்குள் நாயன்மார் சிலைகள் வைக்கப்பட்ட முதல் கோயில் ராஜராஜன் தன்பெயரில் எழுப்பிய ராஜ ராஜேச்வரமாக இருக்கலாம். ஆரியமயமாக்கப்பட்ட சமயமும் வேத பிராமணர்கள் வசித்த சதுர்வேதிமங்கலம் எனப்படும் கிராமங்களும் சோழ நாட்டில்தான் அதிகமாக இருந்தன. முன்னர் புழக்கத்தில் இல்லாத சமஸ்கிருதப் பெயர்களைச் சதுர்வேதிமங்கலங்களுக்குச் சூட்டுவதும் ராஜராஜன் காலத்தில் வழக்கமாக இருந்தது. இதுபோன்ற பல தகவல்களை நிரல்படத் தொகுத்திருக்கிறார் சுரேஷ் பி. பிள்ளை.

தமிழ்ச் சமூகத்தின் தாழ்வுகளுக்கு முக்கியக் காரணியான சாதி உருவாக்கம் சோழர் காலத்திலேயே தொடங்கப்பட்ட தாக ஆய்வுகள் கூறுகின்றன. சமண, பௌத்த சமயங்களை வெற்றிகொண்ட சைவம் அரச சமயமாக மாறிக் கோயில்களை யும் கோயில் சார்ந்த நிலவுடைமையையும் கைக்கொண்டு பிராமணர்களையும் வேளாளர்களையும் உயர் சாதிகளாக்கி உழைக்கும் பிரிவினரையும் சேவைச் சாதியினரையும் தாழ்ந்த சாதிகளாக்கியது. சாதி வலுவடைந்தது சோழர் காலமே என்பதை ஏற்கும் ஒய். சுப்பராயலு "கல்வெட்டுகளில் சாதி முதல்நிலையில் தென்படுவது ராஜராஜன் காலத்தில்தான்"

என்கிறார். சாதிகளுக்குரிய குடியிருப்பும் தொழில் பாகுபாடும் தூரப்படுத்தப்படுதலும் விலக்குதலும் துல்லியமாக்கப்பட்டு அதை நியாயப்படுத்துவதற்கான வைதீக ஆசியும் இலக்கியப் பிரதிகளும் இக்காலத்தில் உருவாக்கப்பட்டன. சோழர் காலத் தின் கூலி அடிமைகள் குறித்து நா. வானமாமலை விரிவாக எழுதியுள்ளார். ராஜராஜன் 400 தளிச்சேரி பெண்களை (நடன மங்கையரை) ராஜராஜேச்வரத்தில் குடியமர்த்தினான் என்பதும் இவ்விடத்தில் குறிப்பிடத்தக்கதாகும்.

●

இராஜராஜன் (985 – 1014) தன் தலைநகராகிய தஞ்சாவூரில் நான்கே ஆண்டுகளில் ராஜராஜேச்வரம் என்னும் கோயிலைக் கட்டிமுடித்து கி.பி.1010இல் குடமுழுக்கு நடத்தினான் எனக் கூறப்படுகிறது. உண்மையில் தஞ்சைப் பெரிய கோயில் கட்டப் பட்டது குறித்தும் அதன் காலம் குறித்தும் நிலவும் முரண்பட்ட செய்திகளைப் பார்க்கும்போது குடமுழுக்கு நடந்ததாகக் கூறப்படும் கி.பி.1010ஆம் ஆண்டின் நம்பகத்தன்மை குறித்துக் கேள்விகள் எழுகின்றன.

2004 அக்டோபர் 10ஆம் தேதியிட்ட *இந்து* நாளிதழில் 'தஞ்சைக் கோவிலில் பௌத்த சிற்பங்கள்' என்னும் தலைப்பில் வெளிவந்த கட்டுரையில் தியோடர் பாஸ்கரன் அவை தொடர் பாகச் சில சந்தேகங்களை எழுப்பியுள்ளார். சைவத் திருத்தல மான தஞ்சைப் பெரிய கோயிலில் பௌத்தச் சிற்பங்கள் இடம்பெற்றது எப்படி? சைவப் புராணங்களிலிருந்து பல காட்சிகளைக் காட்டும் சிற்பங்கள் கொண்ட இந்தக் கோயிலில் புத்தரைச் சித்தரிக்கும் சிற்பங்கள் இரண்டு இடங்களில் இருப்பது ஏன் எனும் கேள்விகளை எழுப்பி, பெரிய கோவில் மூலக் கல்வெட்டுகளை ஆராய்ந்தவரும் Introduction to the Study of Temple Art (1976) என்னும் கோயிற்கலை குறித்த நூலை எழுதிய வருமான சுரேஷ் பிள்ளை (1934 – 1998) இச்சிற்பங்கள் பற்றி ஆராய்ந்துள்ளார் என்பதைச் சுட்டிக்காட்டுகிறார். கோயில் சிற்பங்களைக் குறியீடுகளாகக் கருதி விளக்கிய சுரேஷ் பிள்ளை தஞ்சைக் கோயிலின் புத்தர் சிற்பங்கள் பல முக்கியமான புதிர்களை உள்ளடக்கியிருப்பதாகக் கருதுகிறார். கருவறைக்குச் செல்லும் வழியில் தெற்கிலும் வடக்கிலுமாகச் செதுக்கப்பட் டுள்ள மூன்று சிற்பங்கள் மூலம் ராஜராஜேச்வரத்திற்கு முன் தஞ்சையில் புத்தரின் நிலை ஓங்கியிருந்ததாகவும் சிவன் கோயில் நிர்மாணிக்கப்படும் முன்னர் அங்கு புத்தரின் கோயில் இருந் திருக்கலாம் எனவும் கருதுகிறார்.

இன்றைய தஞ்சைக் கோயில் ராஜராஜனால் முழுமையாகக் கட்டப்பட்டதல்ல. விமானம், அதன் அடிப்பகுதி, முன்மண்டபத்தின் அடிப்பகுதி ஆகியவை மட்டுமே ராஜராஜனால் கட்டப்பட்டவை. விமானப் பகுதியினுள் வரிசையாகச் செதுக்கப்பட்டுள்ள 108 பரதநாட்டிய முத்திரைகளுள் 20 ராஜராஜன் காலத்தில் செதுக்கப்படவில்லை. கட்டடப் பணி பாதியிலேயே கைவிடப்பட்டு நாயக்க மன்னர்கள் காலத்தில் தான் முடிக்கப்பட்டது. ஆக ராஜராஜன் கோயில் கட்டுவதற்கு முன்பு அந்த இடத்தில் வேறு கோயில் இருந்துள்ளது. இதோடு தொடர்புடைய மற்றுமொரு சந்தேகத்தையும் சுரேஷ் பிள்ளை எழுப்புகிறார். ராஜராஜனின் மகன் ராஜராஜேச்வரத்தைக் கட்டி முடிக்காமல் தன் தலைநகரைத் தஞ்சையிலிருந்து கங்கை கொண்ட சோழபுரத்திற்கு மாற்றி அங்குப் புதியதாக ஒரு கோயிலைக் கட்டிக்கொண்டது ஏன் என்பது அவர் கேள்வி. பௌத்தம் சோழநாட்டில் பெருஞ்செல்வாக்குப் பெற்றிருந்தது என்பதும் அங்குதான் பௌத்தம் கீழிறக்கப்பட்டுச் சைவம் கோலோச்சியது என்பதும் பெரும்பான்மையான ஆராய்ச்சியாளர்களால் ஏற்கப்பட்ட கருத்தாக இருக்கிறது. சோழர்களின் சைவச் சார்பை வைத்துப் பார்க்கும்போது பௌத்தக் கோயில்கள் அப்புறப்படுத்தப்பட்டு அவ்விடங்களில் சைவக் கோயில்கள் எழுப்பப்பட்டிருக்கலாம் என யூகிக்க முடிகிறது. தஞ்சையைச் சேர்ந்த ஆய்வாளர் பா. ஜம்புலிங்கம் சோழநாட்டில் 67 புத்தர் சிலைகளைச் கண்டறிந்துள்ளார். அச்சிலைகளில் பெரும்பாலானவை சிதைக்கப்பட்டும் உடைக்கப்பட்டும் காணப்படுகின்றன. பௌத்தம் கடுமையாக ஒடுக்கப்பட்டு அழிக்கப்பட்டிருக்கிறது என்பதையே இது காட்டுகிறது. சைவ எழுச்சிக் காலத்தில் வைதீகமும் சாதியும் செல்வாக்குப் பெற்று அவற்றிற்குப் புறம்பான சமயத்தவர்கள் ஒடுக்கப்பட்டனர். பௌத்தத்தை இழிவுபடுத்தும் சைவ இலக்கியங்களும் இதையே உறுதிசெய்கின்றன.

வட இந்தியாவில் பௌத்தத்திற்கு எதிரான வைதீக எழுச்சியைப் போலவே தென்னிந்தியாவிலும் வைதீகமயமாக்கப்பட்ட சைவ எழுச்சியால் பௌத்தம் ஒடுக்கப்பட்டது. இதனூடாக உருவான சாதிய அமைப்பில் பிராமணர்களைப் போலவே பிராமணர் அல்லாத உயர்சாதியினரும் பயன்பெற்றனர். சோழர் காலச் சாதி அமைப்பை ஆராயும்போது பிராமணியத்தை மட்டுமல்ல அதைச் செயல்படுத்தியதிலும் பலன்பெற்றதிலும் பங்கு வகித்துவரும் பிராமணர் அல்லாத சாதிகளைக் குறித்தும் அறிய முடியும். பௌத்தத்திற்கும் பிராமணியத்திற்கும்

இடையே நடந்த போராட்டம் பற்றிய அம்பேத்கரின் கருத்து களும் வேத பிராமணியத்தை ஏற்க மறுத்த பௌத்தர்களே ஒடுக்கப்பட்டுப் பின்னாட்களில் தீண்டாதார் ஆக்கப்பட்டனர் என்கிற அயோத்திதாசரின் கூற்றும் இவ்விடத்தில் நினைவுகூரத் தக்கது.

ராஜராஜன் ஆட்சிப்பரப்பு பற்றிய பெருமை நிகழ்காலத் தமிழ்த் தேசிய கதையாடல்களோடு இணைக்கப்படுகிறது. ராஜராஜன் காலத்தில்தான் வெற்றிபெற்ற நாடுகளின் மீது நேரடியான அதிகாரத்தைச் செலுத்துவதும் அந்நாடுகளைத் தன்னுடைய எல்லைக்குள் கொண்டுவரும் நடைமுறையும் தொடங்கின என ஒய். சுப்பராயலு குறிப்பிடுகிறார். இது ராஜராஜனின் ஆட்சிப்பரப்போடு மட்டும் தொடர்புடையது அல்ல, அவன் பரப்பிய வைதீக நெறி, சைவ சமயம் ஆகிய வற்றின் பரவலாக்கத்தோடும் தொடர்புடையது. ராஜராஜன் ஈழத்தின் பௌத்த அடையாளங்களை அழித்துச் சைவமாக்கி னான் என்னும் செய்தியைத் தமிழ் வரலாற்று நூல்களே ஏற்கின்றன. ஈழத்தில் பௌத்தம் தமிழர்கள் மத்தியிலும் செல் வாக்குப் பெற்றிருந்தது என்னும் வரலாற்றாளர் கா. இந்திர பாலாவின் கூற்றையும் இணைத்துப் பார்க்க வேண்டியது ஆய்வாளர்களின் பொறுப்பு.

சோழர் காலம் குறித்த ஆய்வுகளும் கோயில் குறித்த கேள்விகளும் அது பற்றிக் கட்டமைக்கப்பட்டுள்ள மிகுபுனைவு களுக்கும் பொற்காலம் பற்றிய நிகழ்காலப் பெருமிதங்களுக்கும் எதிரானவையாயிருக்கின்றன.

●

இராமன் என்னும் இந்து அடையாளத்தை நிராகரிப்பதற் காகக் கருணாநிதி கூறும் அனைத்துக் காரணங்களும் ராஜராஜன் என்னும் தமிழ் அடையாளத்திற்கும் பொருந்தும். இந்து பெருங்கதையாடல்களுக்குள் மறைக்கப்பட்டுள்ளதைப் போலவே திராவிடத் தமிழ்ப் பெருங்கதையாடல்களுக்குள்ளும் சாதியம் முதலான தமிழ்ச் சமூகத்தின் முரண்கள் மறைக்கப் படுகின்றன. 'திராவிடத்தைப் புறந்தள்ளிய ஆரிய நாகரிகம்' பற்றிய குற்றச்சாட்டுகளைப் போலவே பௌத்தம் உள்ளிட்ட அவைதீக அடையாளங்களை அழித்த வைதீக ராஜராஜன் பற்றிய குற்றச்சாட்டுகளும் தமிழ்ப் பேரடையாளத்தால் மவுன மாக்கப்படுகின்றன.

பிராமணிய மேலாண்மைக்கு எதிரானது எனக் கூறிக் கொள்ளும் திராவிட இயக்கம் பிற்காலச் சோழர் காலம்,

சாதிய உருவாக்கத்தில் ராஜராஜனின் பங்கு ஆகியவை குறித்துத் திறந்த மனத்துடன் விவாதித்திருக்க வேண்டும், அவை குறித்த கற்பிதங்களை விமர்சனத்துக்குட்படுத்தியிருக்க வேண்டும். ஆனால் திமுக என்னும் அரசியல் கட்சியின் அதிகாரத்தை நோக்கிய பயணத்துக்கு ராஜராஜன் போன்ற வரலாற்றுத் திருவுருக்கள் தேவைப்படுகின்றன. சோழர் காலம் குறித்த ஆய்வுகள் வெளிவரத் தொடங்கி 40 ஆண்டுகளுக்கும் மேலாகி விட்டன. இவற்றின் வழியாகத் தன் வரலாற்றுப் பார்வையைப் புதுப்பித்துக்கொண்டிருக்க வேண்டிய திமுக தான் கட்டமைத்த பழைய எதிர்வுகளை மீண்டும் மீண்டும் கூர்மைப்படுத்தி அதன் மூலம் தனக்குக் கிட்டிய அதிகாரத்தையும் அடை யாளத்தையும் தக்கவைத்துக்கொள்ள முயல்கிறது. திமுக நவீனப்பட்டிருக்கிறது என்பது ஒரு பொய்யான தோற்றம். சமூக முரண்பாடுகளைத் தந்திரமான முறையில் ஓட்டு வங்கி அரசியலுக்குப் பயன்படுத்துவதில்தான் அதன் கவனம் குவிந்திருக்கிறதே அல்லாமல் அதற்கான தீர்வுகளைத் தேடுவதில் அல்ல. சமூக அடுக்குகளில் நிகழ்ந்துவரும் மாற்றங்களை அது கண்டுகொள்வதே இல்லை. அதற்கு மாறாக அவற்றை மறைக்கவும் மறுக்கவும் மட்டுமே முனைகிறது. உலகத் தமிழ்ச் செம்மொழி மாநாடு தொடங்கி ராஜராஜனுக்கு நடத்திய பெருவிழாவரை கடந்த சில பத்தாண்டுகளில் கருணாநிதியால் நடத்தப்பட்ட பண்பாட்டு அரங்குகளில் நவீனத்துவச் சிந்தனை களுக்கு எவ்வித இடமும் அளிக்கப்படவில்லை என்பதே இதற்குச் சான்று. பகுத்தறிவையும் சுயமரியாதையையும் வலியுறுத்திய போதிலும் திராவிட இயக்கத்தின் உள்ளீ! ரகச் சைவத் தமிழ் அடையாளமும் சைவக் கறை படிந்த தமிழ் வரலாறும் தான் இருக்கிறது என்பதே உண்மை.

அதிகாரத்தை ஈட்டித்தந்த அடையாளங்களைத் தொடர்ந்து காப்பாற்றுவதும் அவற்றின் மீதான விமர்சனங்களை மறுப்பதும் புறக்கணிப்பதும் இறுதியில் அழித்தொழிப்பதும் அதிகாரத்தின் செயல்பாடு. அதைத்தான் திமுக செய்துகொண்டிருக்கிறது. ராஜராஜன் என்னும் உருவகம் கருணாநிதியால் வளர்த் தெடுக்கப்பட்ட அடையாள அரசியலின் முன்னோடி. தன் பெயரில் கோயில்களைக் கட்டிய ராஜராஜனைப்போலவே பிரம்மாண்ட கட்டிடங்களை எழுப்புவது (வள்ளுவர் கோட்டம் தொடங்கி சட்டமன்ற கட்டிடம் வரை) அரசின் திட்டங்களுக் குத் தன் பெயரைச் சூடிக்கொள்ளுதல், அறிஞர்களுக்கும் புலவர் பெருமான்களுக்கும் தன் பெயரில் விருது வழங்குதல், சிலையெழுப்புதல், போன்ற செயல்பாடுகளில் தனக்கு முன் னுதாரணமாக ராஜராஜனையே கொண்டுள்ளார் கருணாநிதி. வரலாற்றில் தன்பெயரை பொறித்துவிட வேண்டுமென்ற

மன்னராட்சி கால வேட்கையையே ஆக்கபூர்வமான விளைவு களைத்தரும் சமூக திட்டங்களை ஏற்படுத்துவதை விடுத்து அடையாள ரீதியான பெருமைகளை ஈட்டும் செயற்பாடுகளை நோக்கி சட்டமன்றக் கட்டடம், நூலகக் கட்டடம், செம்மொழி மாநாடு, பூங்காக்கள், பாலங்கள் அமைத்தல் ஆகியவற்றோடு இலக்கியங்களுக்கு உரை எழுதுதல் கவிஞர்களை வைத்துப் புகழாரங்களை கட்டமைப்பது போன்றவற்றையும் இந்நோக்கி லிருந்து நாம் பார்க்கமுடியும்.

கடவுளாக்கப்பட்டிருக்கிற ராமன் போன்ற புனிதங்களோடு சாதியத்தையும் வைதீகத்தையும் அதிகாரத்தின் பகுதிகளாக மாற்றிய ராஜராஜன் போன்ற அடையாளத் திருவுருக்களை யும் அவை சார்ந்து கட்டமைக்கப்பட்டிருக்கும் கற்பிதங்களை யும் கேள்விக்குள்ளாக்காமல் நிகழ்கால நெருக்கடிகளுக்கான வேரினைக் கண்டடைய முடியாது.

***காலச்சுவடு*, நவம்பர் 2010**

சாதியம்: கைகூடாத நீதி
சமூக – அரசியல் விமர்சனக் கட்டுரைகள்